കുട്ടാപ്പു

kuttappu
balasahithyam
•
a vijayan
•
first chintha edition
february 2012
•
typesetting
signature computer centre, palayam
•
published
chintha publishers, thiruvananthapuram
•
printed
akshara offset, thiruvananthapuram
•
cover
sudheer p y
•
illustration
v s madhu

വിതരണം
ദേശാഭിമാനി ബുക്ക് ഹൗസ്
H O തിരുവനന്തപുരം-695 035
www.chinthapublishers.com
chinthapublishers@gmail.com

ബ്രാഞ്ചുകൾ
ഹെഡ്ഡാഫീസ് കുന്നുകുഴി • ഓവർബ്രിഡ്ജ് തിരുവനന്തപുരം • കെ എസ് ആർ ടി സി ബസ് സ്റ്റേഷൻ ആലപ്പുഴ • കെ എസ് ആർ ടി സി ബസ് സ്റ്റേഷൻ എറണാകുളം • മച്ചിങ്ങൽ ലെയ്ൻ തൃശൂർ • ഐ ജി റോഡ് കോഴിക്കോട് • കെ എസ് ആർ ടി സി ബസ് സ്റ്റേഷൻ കോഴിക്കോട് • എൻ ജി ഒ യൂണിയൻ ബിൽഡിങ് കണ്ണൂർ • സെൻട്രൽ ബസ് ടെർമിനൽ കോംപ്ലക്സ് താവക്കര കണ്ണൂർ

CO - 1694 / 2844

കുട്ടാപ്പു
(ബാലസാഹിത്യം)

എ വിജയൻ

ചിന്ത പബ്ലിഷേഴ്സ്
തിരുവനന്തപുരം-695 035

എ വിജയൻ

1944 ൽ കോഴിക്കോട് ജനിച്ചു.

കോഴിക്കോട് മെഡിക്കൽ കോളേജ് കാമ്പസ് ഗവൺമെന്റ് ഹൈസ്കൂളിൽ മുൻ പ്രിൻസിപ്പൽ.

ബാലസാഹിത്യത്തിൽ നോവൽ, കഥ, കവിത എന്നീ വിഭാഗങ്ങളിലായി നാൽപ്പതോളം കൃതികൾ പ്രസിദ്ധീകരിച്ചിട്ടുണ്ട്.

താവളം തേടി, ഉത്സവം, കുരുവിഗോപി, കുട്ടാപ്പു, കിണിയുടെ കഥ, പയിക്കൂട്, പൂച്ചക്കുട്ടികൾ, വരയനും വെളുമ്പനും, ഒരു തടിയനും രണ്ട് എലികളും, കഥാമാധുരി, പൂത്തിരി, രണ്ടു മുഖങ്ങൾ തുടങ്ങിയവ പ്രധാന കൃതികൾ.

കുരുവിഗോപി എന്ന കൃതി 1980 ൽ കേരള ഗവൺമെന്റിന്റെ ബാലസാഹിത്യ അവാർഡ് നേടി. 1990 ലെ കൈരളി ചിൽഡ്രൻസ് ബുക്ട്രസ്റ്റ് അവാർഡും 1990 ലെ ചെറുകാട് അവാർഡും *കുട്ടാപ്പു*വിനു ലഭിച്ചു.

കിണിയുടെ കഥയ്ക്ക് 1993 ൽ ബാലസാഹിത്യ ഇൻസ്റ്റിറ്റ്യൂട്ടിന്റെയും 1995 ൽ കേരള സാഹിത്യ അക്കാദമിയുടെയും അവാർഡ് ലഭിച്ചു. 1998 ൽ സംസ്ഥാന അധ്യാപക അവാർഡിന് അർഹനായി. 2009 ൽ കേരള സാഹിത്യ അക്കാദമിയുടെ ബാലസാഹിത്യ അവാർഡ് (*മുയൽച്ചെവി*) ലഭിച്ചു.

ഭാര്യ : സുമതി
മക്കൾ : സ്വപ്ന, സ്മിത.
വിലാസം : കവിത
മേരിക്കുന്ന് പി ഒ
കോഴിക്കോട് – 673 012

അവതാരിക

ശ്രീ. വിജയന്റെ പുതിയ പുസ്തകം ഇളംപ്രായക്കാരായ വായനക്കാർക്ക് പ്രിയപ്പെട്ട ഒരു വിഭവമായിരിക്കും. അവർക്കറിയുന്ന ഒരു ലോകമാണ് *കുട്ടാപ്പു*വിലൂടെ വിജയൻ അവതരിപ്പിക്കുന്നത്. സ്കൂൾ, അവിടത്തെ ജയാപചയങ്ങളും രാഗദ്വേഷങ്ങളും വൈവിധ്യമാർന്ന മുഖങ്ങളും മുതിർന്നവരായ നമ്മെയും ആകർഷിക്കുന്നു. ഒരു നല്ല ബാലസാഹിത്യകൃതി കുട്ടികളെയും മുതിർന്നവരെയും ഒരുപോലെ ആകർഷിക്കുന്നതായിരിക്കണം; ആസ്വാദനം രണ്ടു തലത്തിലായിരിക്കുമെങ്കിലും.

ശ്രീ. വിജയന്റെ *കുട്ടാപ്പു* മുതിർന്നവരോടു വളരെ പ്രസക്തവും ശക്തവുമായ ചില ചോദ്യങ്ങൾ നിശ്ശബ്ദമായി ചോദിക്കുന്നുണ്ട്. വിദ്യാഭ്യാസം എന്ന പേരിൽ നടക്കുന്നതെന്താണെന്ന് വീണ്ടും ഒന്നന്വേഷിക്കാൻ ഈ പുസ്തകം അവരെ പ്രേരിപ്പിക്കുന്നുമുണ്ട്.

ഇടത്തരക്കാരുടെയോ കൂടുതൽ സാമ്പത്തികസൗകര്യമുള്ളവരുടെയോ കുടുംബങ്ങളിൽ ഒരു കുട്ടി പിറന്നാൽ രക്ഷിതാക്കൾ അവന്റെ/അവളുടെ ജാതകക്കുറിപ്പ് തയാറാക്കുന്നതോടൊപ്പം ഭാവിയുടെ ഒരു ദീർഘകാലപദ്ധതിയും തയാറാക്കുന്നുണ്ട്. കുട്ടി പോകേണ്ട എൽ കെ ജി, യു കെ ജി, ഹൈസ്കൂൾ, കോളേജ്, പ്രൊഫഷണൽ കോഴ്സ്, പഠിക്കേണ്ട വിഷയങ്ങൾ, പദ്ധതി കാര്യക്ഷമമായി നടപ്പിലാക്കാൻ അതാതു വിഷയങ്ങളിൽ കിട്ടേണ്ട മാർക്കുകൾ, ഗ്രെയ്ഡുകൾ, റാങ്കുകൾ – ഇവയെല്ലാം നേരത്തെ അവർ നിശ്ചയിക്കുന്നു. മുലകുടി മാറുംമുൻപേ കളിപ്പാട്ടങ്ങൾക്കിടയിൽനിന്ന് കുട്ടിയെ എടുത്തുമാറ്റി, വേഷംകെട്ടിച്ച്, പുസ്തകങ്ങളുടെ (ലഞ്ചുബോക്സ്, വാട്ടർബോട്ടിൽ എന്നിവ വേറെ) ഒരു പെരുംചുമട് ചുമലിൽ വെച്ചുകെട്ടി കുട്ടിയെ പടിയിറക്കുന്നു. പദ്ധ

തിയിലെ കണക്കുകൂട്ടലുകൾക്കൊപ്പമെത്താൻ ക്ലാസ്, ഹോംവർക്ക്, സ്കൂളിലെ ട്യൂഷൻ, വീട്ടിലെ സപ്ലിമെന്ററി ട്യൂഷൻ എന്നിവയടക്കം ശരാശരി ദിവസം പന്ത്രണ്ടു മണിക്കൂറെങ്കിലും അധ്വാനിക്കേണ്ട ഒരു കഠിന തടവാണ് കുട്ടിക്ക് രക്ഷിതാക്കൾ വിധിച്ചിരിക്കുന്നത്.

യൗവനപര്യന്തമുള്ള ഈ തടവ് ഇടത്തരക്കാർക്കും സമ്പന്നർക്കുമുള്ളതായതുകൊണ്ട് സാമ്പത്തികമായി പിന്നോക്കം നിൽക്കുന്ന സമൂഹതലത്തിലെ സന്തതികൾ ഭാഗ്യവാന്മാർ എന്നു കരുതാമോ? വയ്യ. അവിടെയും വിദ്യാഭ്യാസം മറ്റൊരുതരത്തിൽ പീഡനംതന്നെ. ആർക്കോവേണ്ടി ഒരു നാട്ടുനടപ്പെന്നപോലെ കുട്ടികളെ സ്കൂളിൽ അയയ്ക്കാൻ ബാധ്യസ്ഥരായതിൽ മുറുമുറുക്കുന്ന രക്ഷിതാക്കൾ. നല്ല ഉടുപ്പുകളോ വേണ്ടത്ര പഠനോപകരണങ്ങളോ ഇല്ലാത്തതുകൊണ്ട് ആദ്യംതൊട്ടേ അപകർഷതാബോധത്തോടെ വളരാൻ വിധിക്കപ്പെട്ടവരാണ് അവരുടെ കുട്ടികൾ. "ഇതാ ദരിദ്രരേ, നിങ്ങൾക്കുവേണ്ടി ഒരു മഹത്തായ ദയാപ്രസ്ഥാനം" എന്ന് നിശ്ശബ്ദം ഘോഷിക്കുന്ന ഉച്ചക്കഞ്ഞിക്കുവേണ്ടിയുള്ള കാത്തുനിൽപ്പ്.

അപകർഷതയിലൂടെ, ദയയുടെ ക്രൂരതകളിലൂടെ, ആത്മനിന്ദയിലൂടെ വളർന്ന് പഠനം പൂർത്തിയാക്കുന്നവനിൽ നന്മ അവശേഷിക്കുമോ? പണ്ടുതൊട്ടേ നാം കേട്ടുവരുന്ന "ഉത്തമപൗരന്മാരെ വാർത്തെടുക്കൽ" ഈ അധ്വാനംകൊണ്ട് നേടുന്നുണ്ടോ?

ക്ലാസിൽനിന്നും പുറത്താക്കിയ കുട്ടാപ്പുവിന്റെ അച്ഛൻ ഹെഡ്മാസ്റ്ററെ കാണാൻ വന്നപ്പോൾ അത് നന്നായിയെന്നാണു പറയുന്നത്. ഇനി അവനെ പഠിപ്പ് എന്ന അപകടത്തിന് അനുവദിക്കുകയേ വേണ്ട എന്നാണ് ഹെഡ്മാസ്റ്ററോടപേക്ഷിക്കുന്നത്. വിളിച്ചുവരുത്തിയ സ്ഥിതിക്കു വല്ലതും തരുമോ ഹെഡ്മാസ്റ്റർ? അതും അയാൾക്കറിയണം. അയാളും രക്ഷിതാവു തന്നെ.

കൊച്ചുവിദ്യാർഥികളുടെ ലോകത്തിലെ ചില മാനുഷികപ്രശ്നങ്ങളെപ്പറ്റി ചിന്തിക്കുവാൻ ഈ കൃതി പ്രേരിപ്പിക്കുന്നു എന്നു പറയുമ്പോൾ ലക്ഷ്യബോധവും ഗുണപാഠവും കുത്തിനിറച്ച് ഇത് വിരസമായിട്ടുണ്ടെന്ന് സംശയിച്ചേക്കാം. ഇല്ല, ബാലസാഹിത്യകൃതികൾ എഴുതി പക്വത വന്ന ശ്രീ.വിജയന് അങ്ങനെ ഒരബദ്ധം പിണഞ്ഞിട്ടില്ല. കുട്ടികളെയും മുതിർന്നവരെയും രണ്ട് വ്യത്യസ്ത തലങ്ങളിൽ ഈ കൃതി ആകർഷിക്കുന്നു, സംതൃപ്തരാക്കുന്നു എന്നതാണ് ഈ ഗ്രന്ഥത്തിന്റെ വിജയം.

സ്വപ്നങ്ങൾ മുഴുവൻ നഷ്ടപ്പെട്ടിട്ടില്ലാത്ത ഒരു ഡ്രോപ്പ്-ഔട്ടാണ് (Drop-out) *കുട്ടാപ്പു*. എല്ലാ ഡ്രോപ്പൗട്ടുകളും ഉദാത്തമായ പൊന്മലകളെയും അവിടേക്കുള്ള വഴിവെട്ടുന്നവരെയും സ്വപ്നം കാണണമെന്നില്ല.

ഇരുണ്ട ഇടവഴികളും അധോലോകങ്ങളും അഭയസ്ഥാനങ്ങളായി സ്വപ്നങ്ങളിൽ കയറിപ്പറ്റുന്നവരുമുണ്ടാവും. കുട്ടാപ്പുവിന്റെ കഥ, പറയാത്ത ആ മറുപുറത്തെയും ഓർമിപ്പിക്കുമെന്നാണെന്റെ പ്രതീക്ഷ.

ഇന്നും ശുഷ്കമായിത്തന്നെ നിലനിൽക്കുന്ന നമ്മുടെ ബാലസാഹിത്യത്തിലേക്കു മികച്ച കൃതികൾ വല്ലപ്പോഴുമാണ് കടന്നുവരുന്നത്. അത്തരം ഒരു നിമിഷത്തിലെ ആഹ്ലാദം പങ്കിടാൻ എനിക്കും അവസരം കിട്ടിയതിന് ഈ ഗ്രന്ഥകാരനോട് നന്ദിപറയട്ടെ.

എം ടി വാസുദേവൻ നായർ

1

വീണ്ടും തോറ്റിരിക്കുന്നു.

ഒൻപതാം ക്ലാസിൽ മൂന്നാംകൊല്ലമാണ്.

കുട്ടാപ്പു നോട്ടീസ്ബോർഡിൽ സൂക്ഷിച്ചുനോക്കി. ഇല്ല, തന്റെ പേരില്ല.

ലിസ്റ്റിലെ അക്ഷരങ്ങൾ ഇളകുന്നതായും അവ കൂടിക്കുഴയുന്നതായും അവനു തോന്നി. പേരുകൾ വളയങ്ങളായി തലയ്ക്കുള്ളിൽ കറങ്ങിത്തിരിഞ്ഞു.

ജയിക്കുമെന്ന പ്രതീക്ഷയൊന്നുമുണ്ടായിരുന്നില്ല. എങ്കിലും ഇക്കൊല്ലവും തോറ്റു എന്നറിഞ്ഞപ്പോൾ പ്രയാസം.

താൻ ക്ലാസിലെ ഏറ്റവും മുതിർന്ന കുട്ടിയാണല്ലോ എന്ന ചിന്ത കുട്ടാപ്പുവിനെ അസ്വസ്ഥനാക്കി.

കൂട്ടുകാർ പലരും ഇത്തവണ കടന്നുകൂടിയിട്ടുണ്ട്.

അവൻ കൂടുതലവിടെ നിന്നില്ല. മറ്റുള്ളവർ കാണുന്നതിനു മുമ്പ് സ്ഥലം വിടണം.

തിരിഞ്ഞുനടക്കുമ്പോൾ പിന്നിൽനിന്ന് കൈകൊട്ടി വിളിക്കുന്ന ശബ്ദം.

കുട്ടാപ്പു തിരിഞ്ഞുനോക്കിയില്ല.

വീണ്ടും ശബ്ദം കേട്ടപ്പോൾ അവന് നിൽക്കേണ്ടിവന്നു.

സംശയിച്ചപോലെതന്നെ ബാബുവും മത്തായിയും മൊയ്തീനുമാണ്. അവരുടെ മുഖം വാടിയിരുന്നു. ബാബുവിനെ മുള്ളൻപന്നി എന്നാണ് കുട്ടികൾ വിളിക്കുന്നത്. അവന്റെ തലമുടി എത്ര ചീകിയാലും കുത്തനെ എഴുന്നുനിൽക്കും.

മത്തായിയുടെ പേർ മഞ്ഞത്തവള എന്നാണ്. അവന്റെ നിറം മാത്ര

മല്ല, അതിനു കാരണം. മത്തായിയുടെ കൺപോളകൾക്ക് തടിപ്പ് കൂടുതലാണ്. കീഴ്പോളകൾ എപ്പോഴും ചീർത്തു തൂങ്ങിനിൽക്കും.

മൊയ്തീൻ നീണ്ടു മെലിഞ്ഞിട്ടാണ്. അതുകൊണ്ട് അവൻ നീർക്കോലി എന്ന പേരിൽ അറിയപ്പെടുന്നു.

സ്കൂളിൽ കുട്ടാപ്പുവിന്റെ ഉത്തമസുഹൃത്തുക്കളാണ് മുള്ളൻ പന്നിയും മഞ്ഞത്തവളയും നീർക്കോലിയും. അവരെക്കൂടാതെ കുട്ടാപ്പുവിനെ കാണുകയില്ല; കുട്ടാപ്പുവിനെക്കൂടാതെ അവരെയും.

അവൻ അടുത്തു വന്നപ്പോൾ മൂന്നുപേരും എന്തു പറയണമെന്നറിയാതെ കുഴങ്ങി.

"നമുക്ക് ക്ലാസ്മാസ്റ്ററെ ചെന്നു കണ്ടാലെന്താ?" ബാബുവാണ് നിർദേശം ഉന്നയിച്ചത്.

കുട്ടാപ്പുവിന് അതിൽ വലിയ താൽപ്പര്യം തോന്നിയില്ല. മത്തായിയും മൊയ്തീനും നിർബന്ധിച്ചപ്പോൾ ഒടുവിൽ സമ്മതിച്ചു.

പുറത്തു കടന്നപ്പോൾ നിരത്തുവക്കിലെ പെട്ടിക്കടക്കാരൻ വിളിച്ചു ചോദിച്ചു: "എന്തായി?"

"പാസ്ഡ്." കുട്ടാപ്പു തട്ടിവിട്ടു.

അവർ ക്ലാസധ്യാപകന്റെ വീട്ടിലെത്തിയപ്പോൾ അദ്ദേഹം പഴയ പത്രമാസികകൾ ഒതുക്കിവയ്ക്കുകയായിരുന്നു.

"ഇതെല്ലാം വിറ്റ് ഒഴിവാക്കണം. പഴയ പത്രങ്ങളും മറ്റും കെട്ടിക്കിടന്നാൽ അടുത്തകൊല്ലം വലിയ ശല്യമാണ്."

ഈ ആമുഖത്തോടെയാണ് അദ്ദേഹം കുട്ടികളെ നോക്കിയത്.

"ങും? എന്താ എല്ലാവരും കൂടി?"

ആരും ഒന്നും മിണ്ടിയില്ല. അവർ മുഖത്തോടുമുഖം നോക്കി.

"നിങ്ങളുടെ റിസൾട്ട് ഇന്നല്ലേ അറിയുന്നത്?"

"അതെ സേർ."

"ആരൊക്കെ ജയിച്ചു?"

"ഞങ്ങളെല്ലാം ജയിച്ചു. കുട്ടാപ്പു..."

"കുട്ടാപ്പു?"

"കുട്ടാപ്പുവിന്റെ പേർ ലിസ്റ്റിലില്ല സേർ,"

കുട്ടാപ്പു മുൻപിൽ തലതാഴ്ത്തിനിന്നു. ക്ലാസിലെ വലിയ കുട്ടി. മൂന്നു കൊല്ലം ഒരേ ക്ലാസിലിരുന്നു പഠിച്ചവൻ. മൂന്നുകൊല്ലവും താൻ തന്നെ പഠിപ്പിച്ച ശിഷ്യൻ.

മാസ്റ്റർ പഴയ പത്രത്തിലേക്ക് മുഖം തിരിച്ചു.

"കുട്ടാപ്പുവിന്റെ കാര്യം ഞാൻ പറയാതിരുന്നില്ല. പക്ഷേ..." മാസ്റ്റർ അകത്തുപോയി ചില കടലാസുകൾ എടുത്തുകൊണ്ടു വന്നു.

"കണ്ടോ, കുട്ടാപ്പുവിന് ഒറ്റ വിഷയത്തിനും പത്തിൽക്കൂടുതൽ മാർക്കില്ല. ആകെ കിട്ടിയത് അൻപത്തിരണ്ടു മാർക്കാണ്. പിന്നെ എന്തു ചെയ്യാൻ കഴിയും?"

കുട്ടികൾക്ക് ഉത്തരം മുട്ടി.

"ഒരു പ്രമോഷൻ കമ്മറ്റിയാണ് കാര്യങ്ങളെല്ലാം ചെയ്യുന്നത്. അൻപത്തിരണ്ടു മാർക്കു കിട്ടിയവനെ പാസാക്കിയാൽ തോൽക്കാൻ കുട്ടികൾ കാണുകയില്ലെന്നാണ് അവരിൽ ചിലരുടെ വാദം."

ക്ലാസധ്യാപകൻ തന്റെ നിസ്സഹായത വെളിപ്പെടുത്തി.

കുട്ടാപ്പുവിന്റെ കണ്ണിൽ കണ്ണീർ തുളുമ്പിനിന്നു.

"ഞങ്ങൾ പോട്ടെ സേർ." കുട്ടികൾ വന്നപോലെ തിരിച്ചുപോയി.

"എനിക്ക് സങ്കടമൊന്നുമില്ല." വഴിക്കുവെച്ച് കുട്ടാപ്പു കൂട്ടുകാരോടു

പറഞ്ഞു.

അവർ ഒന്നും പറയാതെ പിരിഞ്ഞു.

കുട്ടാപ്പു തനിച്ചായി.

വീട്ടിലേക്കു നടക്കുമ്പോൾ അവൻ കൂട്ടുകാരെക്കുറിച്ചാണ് ഓർത്തത്.

ബാബുവിന് പറയത്തക്ക പ്രശ്നങ്ങളൊന്നുമില്ല. വീട്ടിൽ മാസം തോറും തേങ്ങ വലിക്കാനുണ്ട്. മത്തായിയുടെ അപ്പന് കരാറുജോലിയാണ്. മൊയ്തീനിന്റെ വാപ്പയ്ക്കാണെങ്കിൽ കച്ചവടമുണ്ട്.

തനിക്കോ?

തനിക്കെന്തുണ്ട്? കുട്ടാപ്പു നെടുവീർപ്പിട്ടു.

കഴിഞ്ഞകൊല്ലം ഫീസ് കൊടുത്താണ് പഠിച്ചത്. ഓരോ മാസവും അതിനു പെട്ടപാട്! കൂട്ടുകാർ സഹായിച്ചിരുന്നില്ലെങ്കിൽ ഹാജർ പട്ടികയിൽ തന്റെ പേർ കാണുമായിരുന്നോ?

കുട്ടാപ്പു വയൽവരമ്പിലൂടെ നടന്നു.

വയൽ മുറിച്ചുകടന്നാൽ അവന്റെ വീടെത്തി. മലഞ്ചെരുവിൽ ഒരു കൊച്ചുകുടിൽ.

വീടിനു മുമ്പിലെ തൊട്ടാവാടിയിൽ ഒരു ആട്ടിൻകുട്ടി മേയുന്നുണ്ടായിരുന്നു.

'ഹും-ബേ!' കുട്ടാപ്പുവിനെ കണ്ടപ്പോൾ അതു തലയുയർത്തി ശബ്ദിച്ചു.

കുട്ടാപ്പുവിന് ഒന്നു കിടക്കണമെന്നു തോന്നി. അവൻ കോലായിൽ നീണ്ടുനിവർന്നു കിടന്നു. വല്ലാത്ത ക്ഷീണം...

ഒരു കരിമ്പൻപൂച്ച അവനെ എടുത്തു ചാടി മുറ്റത്തേക്കു നടന്നുപോയി.

ഒരു പൂവൻകോഴി അടുത്തുവന്ന് അവനെ സൂക്ഷിച്ചുനോക്കിയ ശേഷം ഒരു മൂളിപ്പാട്ടു പാടി. കൂ കൂ കൂ...'

അമ്മുവേടത്തിയുടെ ശബ്ദം കേട്ടാണ് ഉണർന്നത്.

അമ്മുവേടത്തി അച്ഛന്റെ കുടുംബത്തിലെ ഒരകന്ന ബന്ധുവാണ്. കുട്ടാപ്പു കുട്ടിയായിരുന്നപ്പോൾ അവനെ നോക്കിയത് അവരായിരുന്നു വത്രേ.

അവന്റെ കുട്ടിക്കാലത്തെക്കുറിച്ചുള്ള പല ഓർമകളും അവർ ഇപ്പോഴും മനസിൽ കാത്തുസൂക്ഷിക്കുന്നു. വാതിൽപ്പടി തട്ടിവീണ് നെറ്റി പൊട്ടിയതും, ഉറങ്ങിക്കിടക്കുമ്പോൾ അവനെ ഒരിക്കൽ തേൾ കുത്തിയതും അവർ പലപ്പോഴും പറയാറുണ്ട്.

അവർ പോകുമ്പോൾ പതിവുപോലെ ചോദിച്ചു; "കുട്ടാപ്പോ, നീയെപ്പെഴാ എനിക്ക് സാരീം ബ്ലൗസും വാങ്ങിത്തരാ?"

കുട്ടാപ്പു ചിരിക്കണോ കരയണോ എന്നറിയാതെ വിഷമിച്ചു.

വീട്ടിലിരുന്നു മുഷിഞ്ഞാൽ കുട്ടാപ്പു മലമുകളിലേക്കു നടക്കും. മലമുകളിൽ പാറക്കെട്ടുകളാണ്. അവൻ അവിടെ ചെന്നിരിക്കും. ആനയുടെ

ആകൃതിയുള്ള ഒരു കൂറ്റൻ പാറ അവിടെയുണ്ട്. എന്തോ ശാപംകൊണ്ട് ആന കല്ലായിത്തീർന്നതാണെന്ന് പഴമക്കാർ വിശ്വസിക്കുന്നു.

ആനപ്പാറയുടെ പുറത്ത് ആരും കയറാറില്ല. പക്ഷേ, കുട്ടാപ്പു കയറിയിരിക്കും.

താഴ്വാരത്തിൽ മൈതാനമാണ്, അപ്പുറം പുഴ. അകലെ തിങ്ങി നിൽക്കുന്ന കാടുകൾ. കാടുകഴിഞ്ഞാൽ വീണ്ടും മലകൾ ആരംഭിക്കുന്നു.

മലനിരകൾക്കപ്പുറം എന്തെല്ലാമോ രഹസ്യവും പേറി തലയുയർത്തി നിൽക്കുന്ന പൊന്മല. പൊന്മലയുടെ അഗ്രം വെയിലേറ്റ് വെട്ടിത്തിളങ്ങും. ചുറ്റും പടർന്നു കയറുന്ന കാളിമ.

പൊന്മല വെട്ടിത്തിളങ്ങുന്നത് എന്തുകൊണ്ടായിരിക്കും?

വീട്ടിലേക്കു മടങ്ങുമ്പോൾ കുട്ടാപ്പു ആലോചിക്കും.

പൊന്മലയിൽ ആളുകൾ കാണുമോ? അവിടെ നരി ഉണ്ടായിരിക്കുമോ?

കുട്ടാപ്പുവിന്റെ ചിന്ത നീണ്ടുപോകും.

സ്കൂൾ തുറക്കുന്ന ദിവസം കുട്ടികൾ ബഹളംവെച്ചുകൊണ്ട് വയൽ വരമ്പിലൂടെ കടന്നുപോയി.

അവരുടെ വേഷവും പുസ്തകസഞ്ചിയും കണ്ടപ്പോഴാണ്, സ്കൂൾ തുറക്കുന്ന കാര്യം കുട്ടാപ്പുവിന് ഓർമവന്നത്.

ഓ, പുതിയ സ്കൂൾവർഷം ആരംഭിക്കുകയാണ്!

എന്ത് ആഹ്ലാദത്തോടെയാണ് കുട്ടികൾ സ്കൂളിലേക്കു പോകുന്നത്!

വീട്ടുമുറ്റത്തുനിന്ന് കുട്ടാപ്പു അവരെ അസൂയയോടെ നോക്കി. മനസിലെവിടെയോ നേർത്ത നൊമ്പരം അനുഭവപ്പെട്ടു.

"വരുന്നില്ലേ?" ചിലർ വിളിച്ചുചോദിച്ചു.

കുട്ടാപ്പു ഇല്ലെന്ന് കൈകൊണ്ട് ആംഗ്യം കാണിച്ചു.

തന്റെ സീറ്റിൽ ഇക്കൊല്ലം ഇരിക്കുന്നത് ആരായിരിക്കും? ഡസ്കിൽ തന്റെ പേര് കൊത്തിവെച്ചത് നന്നായി. ഇരിക്കുന്നവർ ആരായാലും കുട്ടാപ്പു എന്ന പേർ കാണാതിരിക്കില്ല.

അവർ തന്റെ പേര് ചുരണ്ടിക്കളയുമോ?

സ്കൂൾ തുറന്ന ദിവസം മുള്ളൻപന്നിയും മഞ്ഞത്തവളയും നീർക്കോലിയും കുട്ടാപ്പുവിനെ തിരഞ്ഞ് വീട്ടിലെത്തി.

"കുട്ടാപ്പു ഇക്കൊല്ലവും സ്കൂളിൽ വരണം." അവർ നിർബന്ധിച്ചു. കുട്ടാപ്പു അവരെ മാറി മാറി നോക്കി. "കുട്ടാപ്പു ഇല്ലാത്ത ഒരു സ്കൂൾ ഇലക്ഷനെപ്പറ്റി ഞങ്ങൾക്ക് ചിന്തിക്കാനേ പറ്റുന്നില്ല." മുള്ളൻപന്നി പറഞ്ഞു.

"കുട്ടാപ്പു ഇല്ലാതെ എന്തു യൂത്ത്ഫെസ്റ്റിവലാണ്?" മഞ്ഞത്തവള ചോദിച്ചു.

"കുട്ടാപ്പു ഗ്രൗണ്ടിലില്ലെങ്കിൽ പിന്നെ എന്തു സ്പോർട്സ്?" നീർക്കോലിയുടെ നേർത്ത ശബ്ദം പൊങ്ങി.

കുട്ടാപ്പു വിഷമത്തിലായി.

"ഫീസിന്റെ കാര്യം?"

"ഫീസ് നമുക്ക് സംഘടിപ്പിക്കാം."

"ഷർട്ടും മുണ്ടും"

"അതും നമുക്കു ശരിപ്പെടുത്താം."

"പുസ്തകം...?"

"ഓ, പുസ്തകം! അതത്ര അത്യാവശ്യമൊന്നുമല്ല."

പിറ്റേന്നുമുതൽ കൂട്ടുകാർ സ്കൂളിൽ കുട്ടാപ്പുവിന്റെ വരവും കാത്തിരുന്നു.

രണ്ടാംദിവസവും കുട്ടാപ്പു വന്നില്ല.

മൂന്നും നാലും ദിവസം കഴിഞ്ഞു. കുട്ടാപ്പു എത്തിയില്ല.

അടുത്തദിവസം കൂട്ടുകാർ പിന്നെയും അവനെത്തേടിയെത്തി.

അങ്ങനെയാണ് ആറാം പ്രവൃത്തിദിവസം കുട്ടാപ്പു വീണ്ടും സ്കൂളിലെത്തിയത്.

ഗെയ്റ്റിൽ അവന്റെ തല കണ്ടപ്പോൾ സ്റ്റാഫ്റൂമിൽനിന്ന് മീനാക്ഷി ടീച്ചർ വിളിച്ചുപറഞ്ഞു: "കുട്ടാപ്പുവതാ, ഇക്കൊല്ലവും വരുന്നു!"

രണ്ട്

അണ്ടിക്കമ്പനിയിൽ നിന്ന് സൈറൺ മുഴങ്ങി.

ചുറ്റുമുള്ള വീടുകളിൽനിന്ന് വീട്ടമ്മമാർ തിരക്കിട്ടു പുറത്തുവന്നു. വെള്ള ജാക്കറ്റും വെള്ള മുണ്ടും വെള്ള വേഷ്ടിയുമാണ് വേഷം. കൈയിൽ അലുമിനിയത്തിന്റെ തൂക്കുപാത്രം. ഒറ്റയ്ക്കും കൂട്ടമായും അവർ അണ്ടിക്കമ്പനിയിലേക്കു നീങ്ങി.

രാവിലെ എന്നുമുള്ള കാഴ്ചയാണത്.

ഫാക്ടറിയിലെ സൈറൺവിളി അവിടത്തെ ജീവിതത്തിന്റെ ഭാഗമായി മാറിയിരിക്കുന്നു.

മിക്ക വീട്ടിലെയും സ്ത്രീകൾക്ക് അണ്ടിക്കമ്പനിയിലാണു ജോലി.

അവിടെ പുകയുയർന്നാലേ, പല വീടുകളിലെയും അടുക്കളയിൽ തീ പുകയൂ.

സായിപ്പന്മാരുടെ കാലത്തെ കമ്പനിയാണത്. ഒരുവശത്ത് പുഴ മുതൽ പുഴവരെ നീണ്ടുകിടക്കുന്ന കനാലാണ്. കമ്പനിയുടെ വിശാലമായ കോമ്പൗണ്ടിൽ പരന്നുകിടക്കുന്നതും തലയുയർത്തി നിൽക്കുന്നതുമായ ഓടിട്ട കെട്ടിടങ്ങൾ.

മുമ്പ് വളരെ പ്രശസ്തമായ രീതിയിൽ പ്രവർത്തിച്ചുവന്ന സ്ഥാപനമാണത്. അടുത്തകാലത്തു തോട്ടണ്ടിക്കു നേരിട്ട ക്ഷാമം കമ്പനിയുടെ പ്രവർത്തനത്തെ കാര്യമായി ബാധിച്ചു.

തൊഴിലാളികൾ പലരും അർഹതപ്പെട്ട ആനുകൂല്യങ്ങൾ വാങ്ങിപ്പിരിഞ്ഞുപോയി. അങ്ങനെ ചെയ്യാത്തവർ ഇപ്പോഴും അവിടെ ജോലിക്കു പൊയ്ക്കൊണ്ടിരിക്കുന്നു.

കുട്ടാപ്പുവിന്റെ അമ്മയ്ക്കും ജോലി അണ്ടിക്കമ്പനിയിലാണ്.

അവന് ഓർമവെച്ചനാൾമുതൽ മാധവിയമ്മ അവിടെ ജോലിക്കു

പോകുന്നുണ്ട്.

അവർ അതികാലത്ത് എഴുന്നേൽക്കും. കുളികഴിഞ്ഞേ അടുക്കളയിൽ കയറൂ. രാവിലെ കഞ്ഞിയാണ്. പുലരുന്നതിനുമുമ്പ് കഞ്ഞിയും ചമ്മന്തിയും തയാറാകും.

കുറച്ചു കഞ്ഞിയും ചമ്മന്തിയും അവർ തൂക്കുപാത്രത്തിൽ എടുത്തുവയ്ക്കും.

"കനകമോളേ, എഴുന്നേൽക്ക്."

"കുഞ്ഞിമോനേ എഴുന്നേൽക്ക്."

അമ്മ അനിയത്തിയെയും കൊച്ചനിയനെയും വിളിച്ചുണർത്തും.

കുട്ടാപ്പു ഉറക്കമുണരുന്നത് പലപ്പോഴും ആ ശബ്ദം കേട്ടുകൊണ്ടാണ്.

അവൻ എഴുന്നേറ്റുവരുമ്പോൾ, അമ്മ പുറപ്പെട്ടുകഴിഞ്ഞിരിക്കും.

"മാധവ്യേ..." അക്കരെനിന്ന് സ്ത്രീകളുടെ വിളി.

കൈയിൽ തൂക്കുപാത്രവുമായി മാധവിയമ്മ പുറത്തിറങ്ങും. നെറ്റിയിൽ ഭസ്മക്കുറി. ധൃതിപിടിച്ച നടത്തം.

വയൽവരമ്പിലൂടെ തിരക്കിട്ടു നടന്നുപോകുന്ന അമ്മയുടെ രൂപം കുട്ടാപ്പുവിന്റെ മനസിൽ നിറഞ്ഞുനിൽക്കും.

കമ്പനിയിൽനിന്നു പൈസ കിട്ടിയാൽ പിറ്റേന്നു രാവിലെ വീട്ടിൽ കഞ്ഞിയില്ല. പകരം ചായയും പലഹാരവുമാണ്.

അത്തരം ദിവസങ്ങൾക്കുവേണ്ടി കുട്ടികൾ ആകാംക്ഷയോടെ കാത്തിരിക്കും.

പതിവിനു വിപരീതമായി അടുക്കളയിൽനിന്നു വല്ല ശബ്ദവും കേൾക്കുന്നുണ്ടോ?

ദോശ ചുടുന്ന ഒച്ച, പത്തിരി പരത്തുന്ന ശബ്ദം...

കുട്ടികൾ ചെവിയോർക്കും.

സംശയം തോന്നിയാൽ അവർ അടുക്കളയിൽ പാഞ്ഞെത്തും. കുട്ടാപ്പുവും കുണുങ്ങിക്കുണുങ്ങിവന്ന് എത്തിനോക്കും.

അപ്പോൾ അമ്മയുടെ കണ്ണിൽ വെള്ളം നിറയുന്നത് കുട്ടാപ്പു ശ്രദ്ധിക്കാറുണ്ട്.

അമ്മ കരയുന്നത് ഞങ്ങളുടെ കാര്യമോർത്താണോ? അല്ലെങ്കിൽ അച്ഛനെക്കുറിച്ചോർത്തോ?

പണിയൊന്നുമെടുക്കാതെ തെക്കും വടക്കും നടക്കുന്ന അച്ഛൻ!

എന്നും ചാരായം കുടിച്ചുവന്ന് വഴക്കിടുന്ന അച്ഛൻ!

കുട്ടാപ്പുവിന്റെ അച്ഛന്റെ പേര് വേലായുധൻ എന്നാണ്.

സ്നേഹത്തോടുകൂടി ഒരു വാക്കും കുട്ടാപ്പു അച്ഛനിൽ നിന്നു കേട്ടിട്ടില്ല.

അച്ഛനെക്കണ്ടാൽ അവൻ ഒഴിഞ്ഞുമാറുകയാണ് പതിവ്.

പണ്ട് വേലായുധൻ കോലമെഴുതാൻ പോകുമായിരുന്നു. ഉത്സവക്കാലം വന്നാൽ അയാൾക്കു തിരക്കാണ്. തിറ എവിടെയുണ്ടോ അവിടെ

വേലായുധനുമുണ്ടാവും. നിലവിളക്കിന്റെ മുമ്പിൽ ചടഞ്ഞിരുന്ന് അയാൾ പുലരുന്നതുവരെ ഭദ്രകാളിയുടെയും ഗുളികന്റെയും കുട്ടിച്ചാത്തന്റെയും കോലമെഴുതും.

കുട്ടാപ്പു കുട്ടിയായിരുന്നപ്പോൾ വീട്ടിൽ ഒരു മുഖംമൂടിയുണ്ടായിരുന്നു. മരംകൊണ്ടുണ്ടാക്കിയതാണ്. അച്ഛന്റെ കരവിരുത് അതിൽ പ്രകടമായിരുന്നു.

കുട്ടാപ്പുവിന് നല്ല ഓർമയുണ്ട്. മഞ്ഞയും ചുകപ്പും ചായം തേച്ച മുടി. അതിൽ തുറിച്ചുനിൽക്കുന്ന ഉണ്ടക്കണ്ണുകൾ, വലിയ മൂക്ക്, വായിൽ കൂർത്ത പല്ലുകൾ. ആരും ഒരു നോട്ടമേ നോക്കൂ. പേടിച്ചുപോകും.

ആ മുഖംമൂടിയും വെച്ച് താൻ മുറ്റത്തു തുള്ളിക്കളിച്ചത് ഇന്നലെ കഴിഞ്ഞപോലെ കുട്ടാപ്പുവിനു തോന്നി.

അച്ഛൻ സ്വന്തമായി വല നെയ്യും.

സ്വന്തമായി നെയ്ത വലകൊണ്ട് പുഴയിൽ പോയി മത്സ്യം പിടിക്കുകയും ചെയ്യും.

പക്ഷേ, പുഴമത്സ്യങ്ങളൊന്നും വീട്ടിലെത്താറില്ല. ജീവനോടെ തന്നെ അവയെ ചാരായക്കടയിലെത്തിക്കും. പകരം മൂക്കറ്റം കുടിക്കും. പുറത്തിറങ്ങുമ്പോൾ നിലത്ത് കാലുറയ്ക്കുകയില്ലാ.

അന്നു കുട്ടികൾ പതിവിലേറെ സന്തുഷ്ടരായിരുന്നു. കാരണം, അടുക്കളയിൽനിന്നു പലഹാരത്തിന്റെ മണം പൊങ്ങുന്നുണ്ട്.

കുട്ടാപ്പു ഉണർന്നു പായയിൽത്തന്നെ കിടന്നു.

"പൈസയുണ്ടോടീ കൈയിൽ?" അച്ഛന്റെ ശബ്ദം. അമ്മയൊന്നും മിണ്ടിയില്ല.

"എന്താ, നിന്റെ നാവിറങ്ങിപ്പോയോ?" ചോദ്യം വളരെ ഉച്ചത്തിലായിരുന്നു. "ഇന്ന് പൈസ കിട്ടിയിട്ട് വല്ലാതെ കുടിക്കും?" അമ്മ അമർഷം കടിച്ചമർത്താൻ പാടുപെട്ടു.

കുട്ടാപ്പു കിടന്നാലോചിച്ചു. ഇത് എന്നും പതിവുള്ളതാണല്ലോ. അച്ഛൻ എല്ലാടവും പരതിയിട്ടുണ്ടാകും. തലയണച്ചോട്ടിൽ, ഉത്തരത്തിൽ, പുത്തൻകലത്തിൽ എല്ലാം. ഒന്നും കൈയിൽ തടയാത്തതുകൊണ്ടാണ് ബഹളം.

പൈസ കൊടുത്തില്ലെങ്കിൽ അച്ഛൻ കെട്ടുതാലി അഴിച്ചു കൊടുക്കാൻ പറയും.

ഒരു ചരടിൽ കോർത്തുകെട്ടിയ താലി മാത്രമേ അമ്മയുടെ കഴുത്തിലുള്ളൂ.

ഇന്ന് ബഹളം നിലയ്ക്കുന്ന മട്ടു കാണുന്നില്ല. വാതിൽ വലിച്ചടയ്ക്കുന്നു. പാത്രങ്ങൾ വീണുടയുന്നു. ഇടിയും തൊഴിയും കേൾക്കുന്നു. അമ്മയുടെ കരച്ചിൽ.

കുട്ടാപ്പു പിടഞ്ഞെണീറ്റു.

അനിയത്തിയും അനിയനും അകത്തേക്കു നോക്കി വാവിട്ടു നിലവിളിക്കുകയാണ്.

V.S. MADHU

ഒറ്റക്കുതിപ്പിന് കുട്ടാപ്പു അച്ഛനെ തള്ളിമാറ്റി.

"ഫൂ!" അച്ഛൻ കുട്ടാപ്പുവിനെ ആട്ടി.

മുഖം കഴുകി അന്നു ജോലിക്കു പോകുമ്പോഴും അമ്മയുടെ വിതുമ്പൽ അടങ്ങിയിരുന്നില്ല.

കുറച്ചു കഴിഞ്ഞപ്പോൾ അനിയത്തിയും അനിയനും സ്കൂളിലേക്കു പുറപ്പെട്ടു. കനകം ആറാം ക്ലാസിലാണ്. ബാബു മൂന്നിലും.

അവർക്കു പിന്നാലെ കുട്ടാപ്പുവും സ്കൂളിലേക്കു യാത്രയായി.

നാലുമണിക്ക് സ്കൂൾവിട്ടു പുറത്തിറങ്ങിയപ്പോൾ നിരത്തിൽ പതിവില്ലാത്ത ബഹളം. ആളുകൾ തിങ്ങിക്കൂടിയിട്ടുണ്ട്. പുസ്തകക്കെട്ടുമായി കുട്ടികൾ അവിടെ തങ്ങിനിന്നു.

നിരത്തിൽ ഒരാൾ കിടന്നിരുന്നു. ശരിക്കു ബോധമില്ല. മിക്കവാറും നഗ്നനാണ്. അയാൾ എന്തെല്ലാമോ ജൽപ്പിക്കുകയും ചിലപ്പോൾ ഉച്ചത്തിൽ അശ്ലീലപ്പാട്ടു പാടുകയും ചെയ്യുന്നുണ്ട്.

കുട്ടാപ്പു ഒന്നേ നോക്കിയുള്ളൂ.

"കുട്ടാപ്പുവിന്റെ അച്ഛനാ." വഴിവക്കിൽനിന്ന് ഏതോ കുട്ടികൾ പറഞ്ഞു.

കുട്ടാപ്പുവിനു താൻ ചെറുതായി ഇല്ലാതാകുന്നതുപോലെ തോന്നി. അവൻ ഒരുനിമിഷം പോലും അവിടെ നിൽക്കാതെ വീട്ടിലേക്ക് നടന്നു.

അമ്മ എത്തിയിരുന്നില്ല.

വീട്ടിലെത്തിയപ്പോൾ അനിയത്തിയും അനിയനുംകൂടി സ്കൂളിൽനിന്നു കിട്ടിയ ഉച്ചക്കഞ്ഞിയുടെ ബാക്കി പങ്കുവെച്ചു കഴിക്കുന്ന തിരക്കിലായിരുന്നു.

മൂന്ന്

"**എ**ന്റെ നോട്ടുപുസ്തകം എവിടെ?"

"എനിക്കറിയില്ല."

"നീയെടുത്തിട്ടില്ലേ?"

"ഇല്ല."

കുട്ടാപ്പു പുസ്തകക്കെട്ട് പരതാൻ തുടങ്ങി.

ചട്ടയില്ലാത്ത നോട്ടുപുസ്തകങ്ങൾ! നായ്ച്ചെവിപോലെ തൂങ്ങുന്ന പേജുള്ള ടെക്സ്റ്റ്ബുക്കുകൾ.

പുസ്തകങ്ങളിൽനിന്നു വാലൻപുഴുക്കൾ നാലുപാടും പാഞ്ഞു. പല്ലിമുട്ടത്തോടുകൾ താഴെ വീണു. ഒരു കുഞ്ഞിത്തേൾ പുറത്തു വന്നു രക്ഷപ്പെടാൻ വഴി കാണാതെ പകച്ചുനിന്നു.

നോട്ടുപുസ്തകം കണ്ടുകിട്ടിയില്ല!

അവന്റെ ശ്രദ്ധ അനിയത്തിയുടെ പുസ്തകങ്ങളിലേക്കു തിരിഞ്ഞു.

അവൻ അവളുടെ പുസ്തകങ്ങൾ വലിച്ചിടാൻ തുടങ്ങി.

"അമ്മേ, ഏട്ടനിതാ എന്റെ പുസ്തകമൊക്കെ...." കനകം ബഹളം കൂട്ടി.

കുട്ടാപ്പു അവളുടെ തലയ്ക്ക് ഒരു കിഴുക്കു കൊടുത്തു.

"അയ്യോ, അമ്മേ!..." കനകം നിലവിളിച്ചു.

അമ്മ അടുക്കളയിൽനിന്ന് ഓടിയെത്തി.

"എന്താടാ?"

കുട്ടാപ്പു മിണ്ടുന്നില്ല!

"അമ്മേ ഏട്ടനെന്റെ...തലയ്ക്കു കുത്തി," കനകം വിതുമ്പിക്കൊണ്ടു പറഞ്ഞു.

"തലയ്ക്കോ? മാധവിയമ്മ കുട്ടാപ്പുവിനെ തറപ്പിച്ചുനോക്കി. അവർ

മകളുടെ തലയിൽ ഉഴിഞ്ഞുകൊണ്ടു പറഞ്ഞു. "അങ്ങോട്ട് കൊന്നുകളയ്, ഒരു പഠിപ്പുകാരൻ!"

കുട്ടാപ്പുവിന് ഒരു ഷർട്ട് മാത്രമേയുള്ളൂ. കഴിഞ്ഞകൊല്ലം തയ്ച്ച താണ്. കോളറും മറ്റും നിറംമങ്ങിയിരിക്കുന്നു.

ഷർട്ടിന്റെ കൈ വല്ലാതെ ഇറുകും. ഇറക്കം പൊക്കിളിനു താഴെ മാത്രമേയുള്ളൂ. ഷർട്ടിട്ടു കഴിഞ്ഞാൽ എന്തോ പിടിച്ചു വിഴുങ്ങിയതു പോലെ കുട്ടാപ്പുവിനു തോന്നും.

കരയുള്ള മുണ്ട് അമ്മ തന്നതാണ്. അതിൽ മുൻഭാഗത്തു തന്നെ വലിയൊരു ഇരുമ്പുകറയുണ്ട്.

ഇറുകിയ ഷർട്ടുമിട്ട് പുറത്തിറങ്ങുമ്പോൾ വല്ലാത്തൊരു അപകർഷ താബോധം കുട്ടാപ്പുവിനെ പിടികൂടും.

"ഒരു ഷർട്ട് വാങ്ങിത്തരാൻ പറഞ്ഞിട്ട്..." അവൻ അമ്മയോടു പിറു പിറുക്കും.

"കോലായിലിരിക്കുന്ന ആളേ പറയ്." അമ്മ ഒച്ചകൂട്ടി പറയും.

കോലായിലിരിക്കുന്ന ആൾ അച്ഛനാണ്. അച്ഛൻ വാങ്ങിക്കൊടുക്കി ല്ലെന്ന് അവർക്കറിയാം. എങ്കിലും അച്ഛൻ കേൾക്കാൻ വേണ്ടി അമ്മ ഒച്ചയുയർത്തും.

കുട്ടാപ്പു സ്കൂളിലേക്കു പുറപ്പെട്ടു.

അച്ഛൻ താടിയുഴിഞ്ഞുകൊണ്ടു കോലായിൽത്തന്നെ ഇരിക്കുക യാണ്. അയാൾ കുറേനേരം കുട്ടാപ്പുവിനെത്തന്നെ നോക്കി. എന്നിട്ടു ചോദിച്ചു: "എടാ, നീയിപ്പോഴും ഷ്കോളിൽ പോകുന്നുണ്ടോ?"

കുട്ടാപ്പു മുഖം തിരിച്ചുകളഞ്ഞു.

നഗരത്തിലെ പഴക്കമേറിയ സർക്കാർ വിദ്യാലയമാണ് കുട്ടാപ്പു വിന്റേത്. നിറം മങ്ങിയ ഒരു ഇരുനിലക്കെട്ടിടം. അതിന്റെ കോമ്പൗണ്ട് വാൾ മുഴുവനും സാമൂഹ്യദ്രോഹികൾ ഇടിച്ചുനിരത്തിയിട്ടുണ്ട്. എപ്പോൾ വേണമെങ്കിലും വീഴാം എന്ന മട്ടിൽ ഒരു പുളിമരം അവിടെ തലപൊക്കി നിൽക്കുന്നു.

പാവപ്പെട്ട കുട്ടികളുടെ അഭയകേന്ദ്രമാണത്. സമ്പന്നരുടെ കുട്ടികൾ ഷൂസും ടൈയും യൂണിഫോമുമണിഞ്ഞ് അതിന്റെ മുൻപിലൂടെ കടന്നു പോകും.

വീട്ടിൽ പട്ടിണിയും പരാതികളുമായി കഴിയുന്ന കുട്ടികൾ അവർ ക്ലാസിലും പ്രശ്നംതന്നെ. പുസ്തകമോ പെന്നോ ഒന്നും കാണുകയില്ല.

വീട്ടിൽ വായിക്കാൻ ഒരു മണ്ണെണ്ണവിളക്ക് പോലും പലർക്കുമുണ്ടാ വുകയില്ല. ക്ലാസിലിരിക്കുക പ്രയാസമായതുകൊണ്ട് പലരും പുറത്തി റങ്ങി നടന്ന് സമയം കഴിക്കും.

അധ്യാപകർക്ക് ഒരു പേടിസ്വപ്നമാണ് ആ സ്ഥാപനം. കുത്തഴിഞ്ഞ അന്തരീക്ഷം. അച്ചടക്കമില്ലാത്ത കുട്ടികൾ. എപ്പോഴും നൂറുകൂട്ടം പ്രശ്ന ങ്ങൾ.

വരുന്നവർ എങ്ങനെയെങ്കിലും അവിടെനിന്നു രക്ഷപ്പെടാൻ

നോക്കും.

എസ് എസ് എൽ സി പരീക്ഷയ്ക്ക് പത്തുശതമാനത്തിൽ കൂടുതൽ വിജയം നേടാൻ ആ വിദ്യാലയത്തിന് ഒരിക്കലും കഴിഞ്ഞിട്ടില്ല. ആരും പാസാകാത്ത പരീക്ഷകളുമുണ്ട്.

കുട്ടികൾ തങ്ങളുടെ വിദ്യാലയത്തെ വിളിക്കുന്നത് 'കാരാകോളേജ്' എന്നാണ്.

കുട്ടികളുടെ രക്ഷിതാക്കളും അവിടെ കടന്നുവരാറില്ല. രക്ഷിതാക്കളുടെ യോഗം വിളിച്ചാൽത്തന്നെ മൂന്നോ നാലോ പേർ വന്നെങ്കിലായി.

ഒരിക്കൽ ഒരു രക്ഷിതാവ് ആശങ്കയോടെ അവിടെ കയറിവന്നു.

സാധാരണ ഭിക്ഷക്കാരും ഗൈഡ് വിൽപ്പനക്കാരും മാത്രമേ അവിടെ കയറിവരാറുള്ളൂ.

വന്ന ആളുടെ മകൻ അവിടെ എട്ടാംക്ലാസിൽ പഠിക്കുന്നുണ്ട്. അവൻ ഒൻപതിലേക്കു പാസായിരിക്കുന്നു. ആ വിവരമറിഞ്ഞ് അച്ഛൻ ബേജാറായി എത്തിയിരിക്കയാണ്!

"എന്റെ മകനെ അടുത്തകൊല്ലവും എട്ടിത്തന്നെ ഇരുത്തിയാൽ മതി," അയാൾ ഹെഡ്മാസ്റ്ററോട് അഭ്യർഥിച്ചു.

"ജയിച്ച കുട്ടിയെ തോൽപ്പിക്കണമെന്നാണോ നിങ്ങൾ പറയുന്നത്?"

"അതെ"

"അതെന്തിനാണ്?"

"തോറ്റാൽ അടുത്തകൊല്ലം പുതിയ പുസ്തകങ്ങൾ വാങ്ങാതെ കഴിക്കാലോ!"

ഹെഡ്മാസ്റ്റർ അത്ഭുതത്തോടെ ആഗതനെത്തന്നെ നോക്കിയിരുന്നു.

ഒരു അമ്മയുടെ ആവശ്യം ഇതിനെക്കാൾ വിചിത്രമായിരുന്നു. അവരുടെ മകൻ അവിടെ ഏഴാം ക്ലാസിലാണ് പഠിക്കുന്നത്. അവനെ എന്തു വന്നാലും ഹൈസ്കൂൾ ക്ലാസിലേക്കു കടത്തിവിടരുതെന്നാണ് അവരുടെ വാശി. കാരണമെന്താണെന്നല്ലേ? ഹൈസ്കൂൾ ക്ലാസിൽ കഞ്ഞിയില്ല.

"എന്റെ മോൻ ഒരു കൊല്ലംകൂടി കഞ്ഞി കുടിച്ചു കഴിഞ്ഞോട്ടെ ടീച്ചറേ." അവർ ക്ലാസധ്യാപികയോട് കരഞ്ഞു പറഞ്ഞു.

അന്ന് കുട്ടാപ്പു 'കാരാ കോളേജി'ലെത്തിയത് ബെല്ലടിച്ചതിനു ശേഷമാണ്.

അവൻ ക്ലാസിലെത്തിയപ്പോൾ എല്ലാവരും തിരക്കിട്ട് എഴുതുന്നതാണ് കണ്ടത്.

"നോട്ടെഴുതിയോ?" അടുത്തിരിക്കുന്ന കുട്ടി ചോദിച്ചു.

"എന്റെ പുസ്തകം തന്നെ കാണുന്നില്ല."

"ഇന്നു പുസ്തകം കാണിക്കേണ്ടേ?"

കുട്ടാപ്പു ഒന്നും പറഞ്ഞില്ല. അവന്റെ കൈയിൽ ചട്ടയില്ലാത്ത ഒരു പഴയ നോട്ടുബുക്ക് മാത്രമേയുള്ളൂ!

ഒന്നാം പീര്യേഡ് മുഴുവനും അവന്റെ ചിന്ത നോട്ട് കാണിക്കുന്നതിനെക്കുറിച്ചായിരുന്നു.

രണ്ടാം പീര്യേഡ് സോഷ്യൽസ്റ്റഡീസ് ആണ്. അധ്യാപകൻ വന്നാൽ നോട്ട് പരിശോധിക്കാതിരിക്കില്ല. ആൾ വലിയ കണിശക്കാരനാണ്. ചാണക്യൻ എന്ന് കുട്ടികൾ പേരിട്ടത് വെറുതെയല്ല.

പരിശോധനയിൽ താൻ പിടിക്കപ്പെടുമോ? നാലാംകൊല്ലക്കാരൻ ഞാൻ മാത്രമല്ലേയുള്ളൂ. എല്ലാവരുടെയും നോട്ടപ്പുള്ളി. എഴുന്നേറ്റുനിൽക്കുമ്പോൾത്തന്നെ കുട്ടികൾ ചിരിക്കും. ഒന്നാംകൊല്ലക്കാരുടെ ചിരിയാണ് സഹിച്ചുകൂടാത്തത്. പുസ്തകമില്ലെന്നറിഞ്ഞാൽ.......... താൻ ഇഞ്ചിഞ്ചായി

വധിക്കപ്പെടുമോ?

ഒന്നാം പീര്യേഡ് കഴിഞ്ഞ ഉടനെ കുട്ടാപ്പു ക്ലാസിൽനിന്നു പുറത്തു ചാടി.

അവൻ സ്കൂളിന്റെ പിൻഭാഗത്തുകൂടി വളഞ്ഞ് റോഡിലെത്തി.

അപ്പോൾ മനസിൽ നേരിയ വെളിച്ചം

അല്ലാ, ഒരാഴ്ചമുൻപ് ചില പുസ്തകങ്ങൾ ചായക്കടയിലെ ഷെൽഫിൽ വെച്ചിരുന്നുവല്ലോ. മുൻപേ പതിവുള്ളതല്ലേ? എന്തേ അതു മറന്നു പോകാൻ?

അവൻ ചായക്കടയിലെത്തി.

ഷെൽഫിൽ പരതുന്നതുകണ്ടപ്പോൾ ചായക്കടക്കാരൻ ചോദിച്ചു: "പുസ്തകമായിരിക്കും."

രാവിലെ വീടുമുഴുവനും തിരഞ്ഞ പുസ്തകമതാ അവനെ ഒളിഞ്ഞു നോക്കി ചിരിക്കുന്നു!

കയ്യിൽ കിട്ടിയ ഏതാനും പുസ്തകങ്ങളുമെടുത്ത് കുട്ടാപ്പു ക്ലാസ് മുറിയിലേക്കു നടന്നു.

"എവിടെ പോയിരുന്നു?"

"വീട്ടിൽ പുസ്തകമെടുക്കാൻ".

"ങ്ഹും".

കുട്ടാപ്പു അവന്റെ സീറ്റിൽ ചെന്നിരിക്കുന്നതുവരെ അധ്യാപകന്റെ നോട്ടം തുടർന്നു.

"കുട്ടാപ്പുവിന്റെ കയ്യിൽ പുസ്തകമുള്ളതുതന്നെ വലിയ കാര്യ മാണ്."

അതു കേട്ട് ഒന്നാംകൊല്ലക്കാർ ആരോ കുണുങ്ങി ചിരിച്ചു.

പത്തു മിനിട്ട് കഴിഞ്ഞില്ല, ചായക്കടക്കാരൻ ഓടിക്കിതച്ച് ക്ലാസ്മുറി യുടെ മുൻപിലെത്തി.

"എന്താ കാര്യം?" അധ്യാപകൻ ചോദിച്ചു.

"എന്റെ അക്കൗണ്ട് പുസ്തകം കാണുന്നില്ല...... എല്ലാ കണക്കും അതിലാണ്."

അയാൾ പറ്റ് എഴുതിവെക്കുന്നത് ഒരു സാധാരണ നോട്ടുപുസ്തക ത്തിലാണ്.

കടക്കാരൻ കുട്ടാപ്പുവിനെ നോക്കി.

കുട്ടാപ്പു കൊണ്ടുപോയ പുസ്തകങ്ങളിൽ അയാളുടെ അക്കൗണ്ട് ബുക്കും പെട്ടുപോയിരുന്നു!

പുസ്തകവുമായി തിരിഞ്ഞുനടക്കുമ്പോൾ കടക്കാരൻ പറഞ്ഞു: "ഉപകാരം ചെയ്താലും ഉപദ്രവംതന്നെ."

നാല്

ഒരു ദിവസംകൂടി തുടങ്ങുന്നു.

പ്രാർഥന!

ബെല്ലടിച്ച ഉടനെ കുട്ടികൾ എഴുന്നേറ്റു നിന്നു. ഒരു ഡസ്കിന്റെ കാൽ മറിഞ്ഞുവീഴുന്ന ശബ്ദം. ക്ലാസിൽ അടക്കിപ്പിടിച്ച കൂട്ടച്ചിരി.

പ്രാർഥന അവസാനിച്ച ഉടനെ ബഹളം തുടങ്ങി. കാൽ പോയ ഡസ്കുള്ളവരും കാലുള്ള ഡസ്കുള്ളവരും തമ്മിൽ വാക്കേറ്റം ആരംഭിച്ചു.

തങ്ങളുടെ ഡസ്ക് ആരോ മാറ്റിയിട്ടതായി കാൽ മുറിഞ്ഞ ഡസ്കുള്ളവർ ആക്ഷേപമുന്നയിച്ചു. അവരുടെ ഡസ്കിന്റെ കാൽ മുമ്പേ പൊട്ടിയതായിരുന്നുവെന്ന് മറ്റുള്ളവരും വാദിച്ചു.

പിരി മുറുക്കാൻ ചിലർ സ്വന്തം സീറ്റിൽ നിന്ന് എഴുന്നേറ്റു.

ഡസ്കിലെ പുസ്തകങ്ങൾ തട്ടി നിലത്തു വീണു. നിലത്തു വീണ ഒരു പേന പെട്ടെന്ന് അപ്രത്യക്ഷമായി.

ക്ലാസധ്യാപകൻ എത്തിയപ്പോൾ രണ്ടുകൂട്ടരുടെയും വക പരാതി.

പൊട്ടിയ കാൽ ആണിവെച്ചുറപ്പിക്കണമെന്ന് തീരുമാനമായതോടെ പ്രശ്നം തൽക്കാലം അവസാനിച്ചു. കുട്ടാപ്പു അക്കാര്യം പ്രത്യേകം ശ്രദ്ധിക്കണമെന്ന് അധ്യാപകൻ പറഞ്ഞു. അവൻ തലയാട്ടി സമ്മതം മൂളി.

ആദ്യത്തെ പീര്യേഡ് ഇംഗ്ലീഷ് ആണ്. ഇംഗ്ലീഷ് പഠിപ്പിക്കുന്ന അധ്യാപകൻ മിക്ക ദിവസവും ലീവായിരിക്കും. ഓരോ ടേമിന്റെ തുടക്കത്തിലും കുറച്ചുദിവസം ക്ലാസിൽ വരും. പിന്നെ അദ്ദേഹത്തെ സ്കൂളിൽ കാണുകയില്ല.

പട്ടണത്തിൽവെച്ച് ശാസ്ത്രമേള നടക്കുന്ന സമയം. കുട്ടികൾ മേള കാണാൻ പോയി. ഒരു ശിഷ്യൻ മാസ്റ്ററെ ദൂരെവെച്ചു കണ്ടു. അവൻ കൂട്ടു

കാരോട് വിസ്മയത്തോടെ പറഞ്ഞു: "മുൻപ് നമ്മുടെ സ്കൂളിലുണ്ടായിരുന്ന മാഷ് അതാ നിൽക്കുന്നു."

ഇംഗ്ലീഷ് അധ്യാപകൻ തുടങ്ങിയത് പാസ്റ്റ് പെർഫെക്ട് ടെൻസ് ആണ്. കഴിഞ്ഞകൊല്ലവും അയാൾ പഠിപ്പിച്ചത് പാസ്റ്റ് പെർഫെക്ട് ടെൻസ് ആയിരുന്നു.

ബോർഡിൽ ഉദാഹരണങ്ങൾ തെളിഞ്ഞു.

കുട്ടാപ്പു തന്റെ പഴയ നോട്ടുപുസ്തകം മറിച്ചുനോക്കി.

പെർഫെക്ട് ടെൻസിന് മാറ്റമൊന്നും സംഭവിച്ചിട്ടില്ല! ഒരേ ഉദാഹരണങ്ങൾ. ഒരേ വാക്യങ്ങൾ.

അവൻ പുസ്തകം നോക്കി ബോർഡിൽ എഴുതാൻ പോകുന്ന അടുത്ത വാക്യം ഉറക്കെ വായിച്ചു.

"വെരി ഗുഡ്!" അധ്യാപകൻ അവനെ അനുമോദിച്ചു.

അടുത്ത പീര്യേഡിൽ വന്ന അധ്യാപകൻ കുട്ടികളെ ചിരിപ്പിക്കാൻ ഒരു കഥ പറഞ്ഞു.

ഒരു പണിക്കരുണ്ടായിരുന്നു. പണിക്കർ ഒരു ദിവസം പന്നിയെ വെടിവെക്കാൻ പോയി. അയാൾ പന്നി വരുന്ന വഴിയിൽ ഒളിച്ചിരുന്നു. എത്ര കാത്തിരുന്നിട്ടും പന്നി വന്നില്ല. ക്ഷമ നശിച്ചപ്പോൾ അയാൾ പന്നി വരുന്ന വഴിയിലേക്കു തോക്കു ചൂണ്ടി. എന്നിട്ട് ഉണ്ട തീരുന്നതുവരെ വെടിയുതിർത്തു. "പന്നി വരുമ്പോൾ കൊള്ളട്ടെ" അതും പറഞ്ഞ് അയാൾ വീട്ടിൽ വന്നു കിടന്നുറങ്ങി.

കുട്ടാപ്പു ഇതേ ക്ലാസിൽ ഈ കഥ കേൾക്കുന്നത് നാലാമത്തെ പ്രാവശ്യമാണ്! അവൻ തല കുനിച്ചിരുന്നു.

കഥ കേട്ടപ്പോൾ ഒന്നാംകൊല്ലക്കാരായ കുട്ടികൾ ചിരിച്ചു. അവർ ചിരിച്ചുകഴിഞ്ഞപ്പോൾ രണ്ടാംകൊല്ലക്കാർ ചിരി തുടങ്ങി. മൂന്നാം കൊല്ലക്കാർ അവസാനമാണ് ചിരിച്ചത്. അവരുടെ ചിരി നിൽക്കാതെ നീണ്ടുപോയി.

കുട്ടികളുടെ ചിരിയിൽ എന്തോ പന്തികേടുള്ളതുപോലെ മാസ്റ്റർക്കു തോന്നി. അയാളുടെ മുഖം ഇരുണ്ടു.

"സൈലൻസ്!"

കുട്ടാപ്പു തലയുയർത്തി നോക്കി.

സമയം പോകുന്നില്ല. അവൻ ടൈംടേബിൾ എടുത്തു നിവർത്തി. അതിൽ നിറയെ വെട്ടും തിരുത്തുമാണ്. ഒന്നും വ്യക്തമല്ല. എങ്കിലും സൂക്ഷ്മമായി പരിശോധിച്ചു.

എത്രപേർ ഇന്നു ലീവുണ്ടായിരിക്കും? ആശ്വാസത്തിനു വകയുണ്ടോ? അവൻ കണക്കുകൂട്ടി.

ടൈംടേബിളിന്റെ ഒരുവശത്ത് അവനൊരു ഒപ്പു രേഖപ്പെടുത്തി, ചുവട്ടിൽ വരച്ചു. പിന്നെ രണ്ടു കുത്ത്. അതുകഴിഞ്ഞ് ഒരൊപ്പുകൂടിയിട്ടു. മൂന്നാമതൊന്നുകൂടി രേഖപ്പെടുത്തി അതിൽ മഷി കൊടുത്തു.

അവൻ പുതിയൊരു പേജെടുത്ത് അതിൽ ഒരു താടിക്കാരന്റെ ചിത്രം വരച്ചു. താടിക്കാരന്റെ താടി താഴോട്ട് നീണ്ടുകൊണ്ടിരുന്നു. ഒടുവിൽ ഒരു കണ്ണടകൂടി അയാളെ ധരിപ്പിച്ചു.

താടിക്കാരൻ ഇപ്പോൾ കുട്ടാപ്പുവിനെത്തന്നെ തുറിച്ചു നോക്കുകയാണ്!

അവൻ താടിക്കാരന്റെ ചിത്രം മുറിച്ചെടുത്ത് മുൻപിലിരിക്കുന്ന കുട്ടി

യുടെ കോളറിന്റെ പിന്നിൽ തിരുകിവെച്ചു.

ഇന്റർവെൽസമയത്ത് ആ കുട്ടി ഒന്നുമറിയാതെ താടിക്കാരനെയും കൊണ്ട് പുറത്തിറങ്ങി. വികൃതികൾ പിന്നാലെ നടന്ന് ആർത്തുചിരിച്ചു

ഇരുന്നു മുഷിയുമ്പോൾ കുട്ടാപ്പു ക്ലാസിൽനിന്ന് പുറത്തു കടക്കും. ഇല്ലാത്ത പേനയിൽ മഷി നിറയ്ക്കാനായിരിക്കും ചിലപ്പോൾ പോകുന്നത്!

അവൻ വരാന്തയിലൂടെ വലിഞ്ഞു നടക്കും. അടുത്ത ക്ലാസിലെ കൂട്ടുകാരനെ വിളിച്ച് അൽപ്പം കുശലം പറയും. മറ്റൊരു ക്ലാസിൽച്ചെന്ന് ഒരു പുസ്തകം ചോദിച്ചുവാങ്ങും. സ്കൂൾസ്റ്റോറിൽച്ചെന്ന് എൺപതു പേജുള്ള പുസ്തകത്തിന്റെ വില ചോദിക്കും.

അവൻ വരാന്തയിലൂടെ നടന്നുപോകുന്നതു കാണുമ്പോൾ പല ക്ലാസുകളിൽനിന്നും കൂട്ടച്ചിരി ഉയരാറുണ്ട്.

താൻ ശ്രദ്ധിക്കപ്പെടുന്നുണ്ടെന്നറിഞ്ഞാൽ അവൻ സ്വന്തം ക്ലാസിലേക്കുതന്നെ വലിഞ്ഞുകയറും.

ഇടയ്ക്കൊക്കെ ഇങ്ങനെ ഇറങ്ങി നടന്നില്ലെങ്കിൽ താൻ മരിച്ചുപോകുമെന്ന് കുട്ടാപ്പു അടുത്തിരിക്കുന്നവരോട് പറയാറുണ്ട്,

ഇന്ന് ക്ലാസിൽ തിരിച്ചെത്തിയിട്ടും ആരെയും കാണുന്നില്ല.

പകരം വന്നത് ദാക്ഷായണിടീച്ചറാണ്. ടീച്ചറുടെ കൈയിൽ ഇംഗ്ലീഷിലുള്ള ഒരു കഥാപുസ്തകമുണ്ടായിരുന്നു. ടീച്ചർ കഥ വായിച്ച് മലയാളത്തിൽ പറഞ്ഞുകൊടുത്തു.

ഒരു മാന്ത്രികൻ, അവന്റെ കൈയിൽ അത്ഭുതസിദ്ധികളുള്ള ഒരു ഔഷധമുണ്ട്. അതുദേഹത്തു പുരട്ടിയാൽ ഏതു വലിയ രൂപവും ചെറുതായിവരും. അതിന്റെ ശക്തികൊണ്ട് മാന്ത്രികൻ വലിയ ഭൂതങ്ങളെ ചെറിയ കുപ്പികളിൽ പിടിച്ചടച്ചിട്ടുണ്ട്. ആനയെ അണ്ണാനോളം ചെറുതാക്കാൻ ഒരു പ്രയാസവുമില്ല.

കുട്ടികൾ അത്ഭുതമൂറുന്ന കണ്ണുകളോടെ കഥ കേട്ടിരുന്നു.

കുട്ടാപ്പു ആലോചിച്ചത് ആ അത്ഭുതമരുന്നിനെപ്പറ്റിയാണ്. അത് ദേഹത്തു പുരട്ടിയാൽ താനും ചെറുതാകുമോ? എങ്കിൽ ക്ലാസിലെ വലിയ കുട്ടി എന്ന അപമാനത്തിൽനിന്ന് തനിക്കു രക്ഷപ്പെടാമായിരുന്നു.

അവൻ തന്റെ ദേഹം ചെറുതാക്കാൻ വെറുതെ ശ്രമിച്ചു.

മാന്ത്രികലോകത്തുനിന്നു കുട്ടികൾ നേരെ എത്തിയത് ഗണിതശാസ്ത്രത്തിലാണ്. ചില നിർമിതികളാണ് അന്നു ചെയ്യാനുള്ളത്. കുട്ടികൾ ഇൻസ്ട്രുമെന്റ് ബോക്സ് തുറന്നുവെച്ചു.

കുട്ടാപ്പുവിന്റെ ബെഞ്ചിൽ അഞ്ചുപേർക്കുംകൂടി ഒരു ബോക്സ് മാത്രമേയുള്ളൂ. അവർ ബോക്സ് തുറന്ന് അതിലെ ഉപകരണങ്ങൾ ഓരോരുത്തരുടെ മുൻപിലും പരത്തിയിട്ടു.

കുട്ടാപ്പുവിന് കണക്കിൽ നാലു മാർക്കിൽകൂടുതൽ കിട്ടാറില്ല.

കണക്കുമാസ്റ്റർ മുൻപ് അവനെ ശാസിക്കാറുണ്ടായിരുന്നു. ഇപ്പോൾ ഒരു പ്രത്യേക ഭാവത്തോടെ അവനെയൊന്നു നോക്കുക മാത്രമേ ചെയ്യാ

റുള്ളൂ. അത് കോപമാണോ വെറുപ്പാണോ സങ്കടമാണോ സഹതാപ മാണോ എന്ന് തിരിച്ചറിയുക പ്രയാസം.

മാസ്റ്റർ അടുത്തെത്തുമ്പോൾ കുട്ടാപ്പു ശ്വാസം അടക്കിപ്പിടിച്ചിരിക്കും.

ജീവശാസ്ത്രം പഠിപ്പിക്കുന്ന അധ്യാപകൻ ഒരു തലയോടുമായാണ് ക്ലാസിലെത്തിയത്. കുട്ടികൾ ആദ്യം ചിരിച്ചു. പക്ഷേ, തലയോട് മേശ പ്പുറത്തിരുന്നു പല്ലിളിക്കാൻ തുടങ്ങിയപ്പോൾ പലരും പെട്ടെന്ന് ചിരി നിറുത്തി.

'ഈ തലയോടിന്റെ ഉടമ എപ്പോഴെങ്കിലും ചിന്തിച്ചുകാണുമോ, തന്റെ തല ഇതുപോലെ മേശപ്പുറത്തു വെക്കുമെന്ന്.' കുട്ടാപ്പു ആലോ ചിച്ചു.

മാസ്റ്റർ ക്ലാസ് തുടങ്ങി. അപ്പോൾ ക്ലാസിലെ ഏറ്റവും ചെറിയ കുട്ടി ചാടിയെണീറ്റു പറഞ്ഞു: "സർ, ആരോ എന്റെ തലയ്ക്കു തോണ്ടുന്നു."

"തനിക്ക് തലയോടുണ്ടോ എന്ന് നോക്കിയതാവും."

ആ ഫലിതം കുട്ടികൾക്ക് ഇഷ്ടപ്പെട്ടു.

ക്ലാസിലെ ചെറിയ കുട്ടിയുടെ പേര് മണി എന്നാണ്. ചെറിയ രൂപം. വലിയ ശബ്ദം. അവൻ പലപ്പോഴും ഡസ്കിനടിയിൽ കൈകൊണ്ടു മുട്ടി ശബ്ദമുണ്ടാക്കും. കുട്ടികൾ അവനെ വിളിക്കുന്നത് 'മരക്കൊത്തൻ' എന്നാണ്.

മണിക്ക് അച്ഛനില്ല. വീട്ടിൽ അമ്മ മാത്രമേയുള്ളൂ. അവൻ പഠിക്കാൻ മോശമല്ല. വികൃതികളിക്കാനാണ് കൂടുതൽ താൽപ്പര്യമെന്നുമാത്രം.

അന്ന് അവസാനത്തെ പീര്യേഡിലാണ് ആ സംഭവമുണ്ടായത്.

കുട്ടികളെല്ലാം പോകാനുള്ള തയാറെടുപ്പിലായിരുന്നു. അപ്പോൾ വന്ന അധ്യാപകനാകട്ടെ, കുട്ടികളെ കാണുമ്പോഴേക്ക് കലികയറുന്ന ആളും. കുട്ടികളുടെ നിരുപദ്രവമായ തമാശകൾ പോലും അയാൾക്ക് സഹിക്കുമായിരുന്നില്ല.

കയറിവന്ന ഉടനെ ക്ലാസിൽ അടങ്ങിയിരിക്കാത്തതിനും ബഹളം കൂട്ടുന്നതിനും അയാൾ കുട്ടികളെ കണക്കറ്റു ശകാരിച്ചു.

അതിനുശേഷമാണ് പാഠം തുടങ്ങിയത്.

വിരസമായ പാഠം. ഒന്നും തലയിൽ കയറുന്നില്ല.

കുട്ടാപ്പു ചുമച്ച് പ്രതിഷേധമറിയിച്ചു.

അങ്ങിങ്ങ് ചിലർ ഏറ്റുചുമച്ചു.

അധ്യാപകൻ കണ്ണടയ്ക്കു മുകളിലൂടെ കുട്ടികളെ നോക്കി.

ബോർഡിലെന്തോ എഴുതാൻ തിരിഞ്ഞപ്പോൾ പിന്നിൽനിന്ന് ചിരി ഉയർന്നു. മാസ്റ്റർ തിരിഞ്ഞുനോക്കി. ചിരിച്ചവർ ആരുമില്ല!

വീണ്ടും എഴുതാൻ തുടങ്ങിയപ്പോൾ ക്ലാസിൽ കൂട്ടച്ചിരി ഉയർന്നു.!

അതു കഴിഞ്ഞ് പാഠം തുടർന്നപ്പോഴാണ് ഒരു വിസിലിന്റെ ശബ്ദം അവിടെ മുഴങ്ങിയത്.

മാസ്റ്റർ പുസ്തകം മേശപ്പുറത്തുവെച്ച് ശബ്ദം കേട്ട ഭാഗത്തേക്കു നോക്കി.

നോട്ടം ചെന്നു തറച്ചത് മണിയുടെ മേലാണ്.

അവൻ എപ്പോഴും മാസ്റ്ററുടെ നോട്ടപ്പുള്ളിയാണ്. ഒരിക്കൽ മാസ്റ്റർ ക്ലാസിലിരുന്ന് ഉറക്കം തൂങ്ങിയപ്പോൾ, അവൻ ബോർഡിൽ മാസ്റ്ററുടെ 'നിക്നെയിം' എഴുതിവെച്ചു. അതാണ് വിരോധത്തിനു കാരണം.

"ഇവിടെ വരൂ." മാസ്റ്റർ കോപംകൊണ്ടു വിറച്ചു.

മണി എഴുന്നേറ്റ ഉടനെ വിസിൽ നിലത്തു വീഴുന്ന ശബ്ദം കേട്ടു.

"ഞാനല്ല സേർ."

"നീയല്ല?"

"അമ്മയാണേ സത്യം. ഞാൻ വിളിച്ചിട്ടില്ല സേർ." അവന്റെ ശബ്ദം ഇടറി.

മാസ്റ്റർ ചൂരൽവടിയെടുത്തു. അവനോട് കൈ നീട്ടാൻ പറഞ്ഞു.

വിറയ്ക്കുന്ന കൈ, ഉയരുന്ന ചൂരൽ.

പെട്ടെന്ന് കുട്ടാപ്പു ചാടിയെണീറ്റു:

"ഞാനാണ് സേർ വിസിൽ വിളിച്ചത്."

"നീയോ?"

"അതെ സേർ, എന്നെ ശിക്ഷിക്കണം."കുട്ടാപ്പു കൈനീട്ടി...

ഉയർന്ന ചൂരൽ സാവധാനം താണു:

"നിന്നെ അടിച്ചിട്ടെന്തു കാര്യം?"

മാസ്റ്റർ വടി പുറത്തേക്കു വലിച്ചെറിഞ്ഞു.

അഞ്ച്

അടുത്താഴ്ച തിരഞ്ഞെടുപ്പാണ്.

സ്കൂൾവർഷത്തിലെ ഏറ്റവും നിറപ്പകിട്ടാർന്ന സംഭവം!

നാമനിർദേശപത്രിക സമർപ്പിക്കൽ, പിൻവലിക്കൽ, പ്രചരണം.

പുതുതായി വന്നു ചേർന്ന കുട്ടികൾക്ക് എല്ലാം പുതുമയാണ്. പഴമക്കാർക്കാകട്ടെ, തങ്ങളുടെ മേധാവിത്തമുറപ്പിക്കാനുള്ള സന്ദർഭവും.

'നാലാംകൊല്ലക്കാർ മത്സരിക്കാൻ പാടില്ലെന്നാണു വെച്ചിട്ടുള്ളത്. അതുകൊണ്ട് ഇക്കൊല്ലം തന്റെ പേർ മത്സരരംഗത്തുണ്ടാവുകയില്ല' – കുട്ടാപ്പു ആലോചിച്ചു.

അല്ലെങ്കിലും താനെത്ര തിരഞ്ഞെടുപ്പു കണ്ടവനാണ്! എത്ര തിരഞ്ഞെടുപ്പിൽ മത്സരിച്ചു! മത്സരിച്ചപ്പോഴെല്ലാം താൻ വിജയിക്കുകയും ചെയ്തില്ലേ?

അതത്ര ചെറിയ കാര്യമാണോ?

എന്തൊരു ആവേശമായിരുന്നു! അന്നത്തെ മുദ്രാവാക്യം വിളികൾ ഇപ്പോഴും ചെവിയിൽ വന്നലയ്ക്കുന്നു.

കഴിഞ്ഞകൊല്ലം ക്ലാസ്സ്ലീഡറായി തെരഞ്ഞെടുക്കപ്പെട്ട കുട്ടാപ്പു സ്കൂൾ ലീഡർ സ്ഥാനത്തേക്കു മത്സരിച്ചത് മറ്റുള്ളവരുടെ നിർബ്ബന്ധത്തിനു വഴങ്ങിയായിരുന്നു. അവൻ കഴിയുന്നത്ര ഒഴിഞ്ഞുമാറാൻ നോക്കി. തനിക്കു പ്രസംഗിക്കാനറിയില്ലെന്നു പറഞ്ഞു. മറ്റുള്ളവർ വിട്ടില്ല. ഒടുവിൽ മത്സരിച്ചപ്പോൾ തിരഞ്ഞെടുക്കപ്പെടുകയും ചെയ്തു.

പക്ഷേ, അതിനുശേഷമാണ് ശരിക്കുള്ള വേദന തുടങ്ങുന്നത്.

തനിക്കു നല്ലൊരു ഷർട്ടുപോലുമില്ല!

അസംബ്ലിയിൽ മറ്റുള്ളവരെ അഭിമുഖീകരിച്ചുനിൽക്കേണ്ടിവരുമ്പോൾ, ആ ബോധം അവനെ വല്ലാതെ പിടികൂടും.

പൊതുപരിപാടിക്ക് നന്ദിപറയാൻ, മലയാളം അധ്യാപകൻ എഴുതിക്കൊടുത്ത കുറിപ്പുമായി സ്റ്റേജിൽ കയറുമ്പോൾ ആ ചിന്ത മനസിനെ മഥിക്കും.

മനസിന്റെ കോണിലെവിടെയോ ഏറ്റ നിശ്ശബ്ദമായ മുറിവ്. അതിൽ രക്തം പൊടിച്ചുനിന്നു.

ഒരിക്കൽ ഒരു മെമ്മോറാണ്ടവുമായി കുട്ടാപ്പു ഹെഡ്മാസ്റ്ററുടെ മുൻപിലെത്തി. ഹെഡ്മാസ്റ്റർ മെമ്മോറാണ്ടം വാങ്ങി വായിച്ചു നോക്കി പച്ചമഷികൊണ്ട് അങ്ങിങ്ങ് അടയാളമിട്ടു.

മെമ്മോറാണ്ടത്തിൽ ഇരുപത്തിമൂന്നു തെറ്റ്!

പിറ്റേന്ന് അസംബ്ലിയിൽ ഹെഡ്മാസ്റ്റർ ഇക്കാര്യം പരസ്യമായി ഉന്നയിച്ചു.

അതുകൂടിയായപ്പോൾ കുട്ടാപ്പുവിന് പിടിച്ചുനിൽക്കാൻ പറ്റിയില്ല. അവൻ സ്കൂൾലീഡർസ്ഥാനം അന്നുതന്നെ രാജിവെച്ചൊഴിഞ്ഞു.

“താനെന്തു മണ്ടത്തരമാണു കാണിച്ചത്?” പുറത്തുനിന്നു ചിലർ കുട്ടാപ്പുവിനോടു ചോദിച്ചു.

അവൻ ചിരിച്ചുകൊണ്ട് ഒഴിഞ്ഞുമാറി.

“നേതാവ് എന്താണാലോചിക്കുന്നത്?” കഴിഞ്ഞകൊല്ലത്തെ എതിരാളികൾ കുട്ടാപ്പുവിനെ നോക്കി ചോദിച്ചു.

“ഇക്കൊല്ലം സ്ഥാനാർഥിയാവാൻ പറ്റാത്തതുകൊണ്ടായിരിക്കും.” അവർ ചിരിച്ചുകൊണ്ടു കടന്നുപോയി.

മുള്ളൻപന്നിയും മഞ്ഞത്തവളയും നീർക്കോലിയും കുട്ടാപ്പുവിനെ തേടിയെത്തി.

“സ്ഥാനാർഥികളുടെ പേര് ഇനിയും ശരിയായിട്ടില്ല. കുട്ടാപ്പു വരണം.”

അവർ കൂട്ടുകാരനെ ക്ലാസിൽനിന്ന് ഇറക്കിക്കൊണ്ടുപോയി.

കുട്ടാപ്പു രംഗത്തിറങ്ങിയാലേ, സംഗതി ശരിയാവൂ. അവൻ പറയുന്നത് കുട്ടികൾ അനുസരിക്കും. തിരഞ്ഞെടുപ്പിന്റെ കാര്യത്തിൽ അവനെ കുട്ടികൾക്ക് വലിയ വിശ്വാസമാണ്.

പല ക്ലാസിലും സ്ഥാനാർഥികൾതന്നെയില്ല. ഉള്ളവരെത്തന്നെ പിന്തുണയ്ക്കാൻ ആരും മുന്നോട്ടു വരുന്നുമില്ല.

കുട്ടാപ്പുവും കൂട്ടുകാരും ചങ്ങലപോലെ ക്ലാസുമുറികളിൽ കയറിയിറങ്ങി.

അതാ, ഒന്നിൽക്കൂടുതൽ സ്ഥാനാർഥികൾ മുൻപോട്ടു വരുന്നു. അവരെ പിന്തുണയ്ക്കാൻ നിരവധിപേരും.

എതിരാളികളും സ്ഥാനാർഥികളുടെ ലിസ്റ്റ് പൂർത്തിയാക്കാൻ നെട്ടോട്ടമാണ്. ചില ക്ലാസിൽ അവർക്കു സ്ഥാനാർഥികളെ നിർണയിക്കാൻ കുട്ടാപ്പുവിന്റെ സഹായം വേണ്ടിവന്നു!

സ്ഥാനാർഥികളുടെ ലിസ്റ്റ് പ്രസിദ്ധീകരിച്ചതോടെ ക്ലാസുമുറികൾ അസ്വസ്ഥബാധിതപ്രദേശങ്ങളായി മാറി.

പ്രചരണകോലാഹലം!
ക്ലാസുകളുടെ സുഗമമായ പ്രവർത്തനം നിലച്ചു.
കുട്ടികൾ ഇറങ്ങിപ്പോകുന്നു. തോന്നുമ്പോൾ കയറിവരുന്നു.

ക്ലാസിലിരിക്കുന്നവർ ഒരു നാടകം കാണുന്ന മട്ടിൽ നോക്കിയിരിക്കുന്നു.

സ്കൂൾഗെയ്റ്റിനു മുൻപിൽ ഇരുവിഭാഗക്കാരും തങ്ങളുടെ കൊടി നാട്ടിയിരുന്നു. ഒരു ദിവസം രാവിലെ നോക്കുമ്പോൾ അതിലൊന്നു കാണുന്നില്ല. മറുവിഭാഗക്കാർ ഉടൻതന്നെ തങ്ങളുടെ കൊടി അഴിച്ചെടുത്ത് വടിയിൽ ചുറ്റിവെച്ചു.

രാവിലെ ഗെയ്റ്റിനു മുൻപിൽ സംഘർഷം

കൊടി എതിരാളികൾ കട്ടതാണെന്ന് ആക്ഷേപം. തങ്ങളെ കരിതേച്ചു കാണിക്കാൻ കൊടി കെട്ടിയവർതന്നെ അതു മോഷ്ടിച്ചതാണെന്ന് മറുപക്ഷം.

വാക്കേറ്റമായി, ഉന്തും തള്ളുമായി. ആകെ ബഹളം.

ഹെഡ്മാസ്റ്റർ രണ്ടു വിഭാഗക്കാരെയും വിളിച്ചു സംസാരിച്ചു.

'കുഴപ്പമുണ്ടാക്കിയാൽ തിരഞ്ഞെടുപ്പു നടത്തുന്ന കാര്യം പ്രയാസമായിരിക്കും."

"കുഴപ്പമൊന്നുമുണ്ടാക്കില്ല സേർ." കുട്ടാപ്പു പറഞ്ഞു.

കൊടി നഷ്ടപ്പെട്ട കാര്യം അന്വേഷിക്കാമെന്ന് ഹെഡ്മാസ്റ്റർ ഉറപ്പു കൊടുത്തു.

കൊടിപ്രശ്നം അവിടെ അവസാനിച്ചു. എന്നാൽ തിരഞ്ഞെടുപ്പിന്റെ പനി അതോടെ പടർന്നുപിടിക്കുകയാണുണ്ടായത്.

പോസ്റ്ററുകൾ എങ്ങും നിരന്നു. തോരണങ്ങൾ പാറിപ്പറന്നു. മുദ്രാവാക്യങ്ങൾ ഉയർന്നു.

സ്കൂൾ ഒരു പടനിലമായി മാറി.

മുദ്രാവാക്യം വിളിയിൽ കുട്ടാപ്പുവിനെ പിന്നിലാക്കാൻ ആർക്കും കഴിഞ്ഞില്ല. മുഴങ്ങുന്ന ശബ്ദം. അവന്റെ 'സിന്ദാബാദ്' വിളിയിൽ മറ്റെല്ലാ ശബ്ദങ്ങളും മുങ്ങിപ്പോയി.

ആരോപണങ്ങളും പ്രത്യാരോപണങ്ങളും ഉയർന്നു.

ചുമരിൽ കാർട്ടൂൺ ചിത്രങ്ങൾ തെളിഞ്ഞു. ഒരു ചിത്രത്തിന്റെ പേർ 'കൊടിക്കള്ളൻ' എന്നായിരുന്നു.

ഒരു വിഭാഗക്കാർ നോട്ടീസ് വിതരണം നടത്തി. മറ്റേ വിഭാഗം നൊട്ടീസിനോടൊപ്പം ഓരോ മിഠായികൂടി വിതരണം ചെയ്തു.

സ്ക്വാഡുകളുടെ പ്രവർത്തനം ഊർജിതമായതോടെ അങ്ങിങ്ങ് ചില ഉരസലുകൾ നടന്നു.

ക്ലാസിലെ മരക്കൊത്തനെ എതിരാളികൾ തടഞ്ഞുനിറുത്തി. തങ്ങൾക്കു വോട്ടുചെയ്തില്ലെങ്കിൽ അവനെ കൊന്നുകളയുമെന്ന് അവർ ഭീഷണിപ്പെടുത്തി. മാത്രമല്ല, അവന്റെ ഷർട്ടിന്റെ കൈ വലിച്ചുകീറുകയും ചെയ്തു.

കുട്ടാപ്പുവും കൂട്ടുകാരും ഉടനെ സ്ഥലത്തെത്തി മരക്കൊത്തനെ മോചിപ്പിച്ചു.

"ധൈര്യമുള്ളവൻ എന്നെ വന്നു തൊടട്ടെ." മുള്ളൻപന്നി എതിരാ

ളികളെ വെല്ലുവിളിച്ചു.

പ്രചരണത്തിന്റെ അവസാനം സ്ഥാനാർഥികൾക്ക് വോട്ടർമാരോടു സംസാരിക്കാനുള്ള അവസരമായിരുന്നു. പലരും വാക്കു കിട്ടാതെ വിഷമിക്കുകയും വിയർക്കുകയും ചെയ്തു. ചിലർക്കു വാക്കുകൾ തൊണ്ടയിൽ കുടുങ്ങിപ്പോയി.

സ്കൂളിൽ പുതുതായി പണിത വാട്ടർടാങ്ക് തങ്ങളുടെ നേട്ടമാണെന്ന് ഒരുകൂട്ടർ അവകാശപ്പെട്ടു. ചാഞ്ഞുനിൽക്കുന്ന പുളിമരം വെട്ടിമാറ്റുമെന്നും, സ്കൂളുകളിൽ പരീക്ഷതന്നെ വേണ്ടെന്നു വെക്കാൻ രംഗത്തിറങ്ങുമെന്നും അവർ വോട്ടർമാർക്ക് ഉറപ്പുകൊടുത്തു.

സർക്കാരിന്റെ പണംകൊണ്ടു നിർമിച്ചതാണ് വാട്ടർടാങ്കെന്നും, അത് ആരുടെയും കുത്തകയല്ലെന്നും എതിരാളികൾ അഭിപ്രായപ്പെട്ടു. കുടിവെള്ളത്തിൽ ചത്ത എലിയെ കൊണ്ടുവന്നിട്ടവരാണ് മറുപക്ഷക്കാരെന്ന ആക്ഷേപവും അവർ തൊടുത്തുവിട്ടു. ഉച്ചക്കഞ്ഞി ഹൈസ്കൂൾ ക്ലാസുകളിലേക്കു വ്യാപിപ്പിക്കും, ഇടിഞ്ഞുപൊളിഞ്ഞ കോമ്പൗണ്ടുവാൾ പുതുക്കിപ്പണിയും, മരങ്ങൾ വെച്ചുപിടിപ്പിക്കും–ഇങ്ങനെ അവരുടെ വാഗ്ദാനങ്ങൾ നീണ്ടുപോയി.

പ്രസംഗത്തെക്കാൾ പ്രാധാന്യം കൈയടിക്കായിരുന്നു.

തിരഞ്ഞെടുപ്പു തികച്ചും ശാന്തമായിത്തന്നെ നടന്നു.

വോട്ടെണ്ണൽ നടക്കുകയാണ്. പുറത്ത് കുട്ടികൾ തടിച്ചു കൂടിയിട്ടുണ്ട്.

ഓരോ ക്ലാസിലും വിജയിച്ച സ്ഥാനാർഥിയുടെ പേർ പ്രഖ്യാപിക്കുമ്പോൾ, 'അപ്പ് അപ്പ് വിളിയും 'ഡൗൺ ഡൗൺ' വിളിയും അവിടെ ഉയർന്നു.

പന്ത്രണ്ടുമണിയോടുകൂടി ഫലപ്രഖ്യാപനം പൂർത്തിയായി.

ഇനി ക്ലാസ്‌ലീഡർമാരിൽ നിന്ന് സ്കൂൾലീഡറെ തെരഞ്ഞെടുക്കണം. അത് ഉച്ചയ്ക്കു രണ്ടുമണിക്കാണ്.

കുട്ടാപ്പു അനുയായികളെ സ്വകാര്യം വിളിച്ചു പറഞ്ഞു: "സമാസമമാണ്, ശ്രദ്ധിച്ചില്ലെങ്കിൽ ലീഡർസ്ഥാനം നഷ്ടപ്പെടും. അതിനുമുമ്പ് എന്തെങ്കിലും ചെയ്യണം"

"നമുക്കു ചാക്കിട്ടുപിടിക്കാം." മഞ്ഞത്തവളയുടെ കൺപോളകൾ ഇളകി.

"ചാക്കുവേണ്ട. ഒരു സൈക്കിൾ മതി." കുട്ടാപ്പു ശബ്ദം താഴ്ത്തി തന്റെ പ്ലാൻ വിശദീകരിച്ചു.

നീർക്കോലി മൊയ്തീൻ ഉടൻതന്നെ സൈക്കിൾ കൊണ്ടുവന്നു.

എതിർസ്ഥാനാർഥികളിൽ അവൻ നന്നായറിയുന്ന യു പി ക്ലാസിലെ രണ്ടു കുട്ടികളുണ്ട്. ആർക്കും സംശയം തോന്നാതെ ഇഴഞ്ഞ് അവൻ അവരുടെ അടുത്തെത്തി.

"നിങ്ങൾ വരുന്നോ?" നീർക്കോലി ചോദിച്ചു.

'എങ്ങോട്ട്?"

“അറിഞ്ഞില്ലേ, കടപ്പുറത്ത് വലിയൊരു തിമിംഗലം അടിഞ്ഞിരിക്കുന്നു. ഞാൻ കാണാൻ പോവുകയാണ്.”

“ഞങ്ങളും വരാം. പക്ഷേ, തിരഞ്ഞെടുപ്പ്...”

“അത് രണ്ടുമണിക്കല്ലേ? ഇനി എത്ര സമയമുണ്ട്!”

മുൻപിലും പിൻപിലും ഓരോ സ്ഥാനാർഥികളെ ഇരുത്തി നീർക്കോലി സൈക്കിൾ ആഞ്ഞു ചവിട്ടി.

ഉച്ചയ്ക്കു നടന്ന സ്കൂൾലീഡർ തിരഞ്ഞെടുപ്പിൽ വിജയം കുട്ടാപ്പുവിന്റെ ഭാഗത്തുതന്നെ.

എല്ലാം കഴിഞ്ഞതിനുശേഷം മാത്രമേ, തിമിംഗലത്തെ കാണാൻ പോയവർ തിരിച്ചെത്തിയുള്ളൂ!

ആറ്

പിറ്റേന്നു വിജയാഘോഷമായിരുന്നു. തോറ്റവരും ആഹ്ലാദപ്രകടനം നടത്തി!

അന്നു പതിവിലും നേരത്തെ കുട്ടികൾ സ്കൂളിലെത്തി. പലരുടെ കൈയിലും പേരിനു മാത്രമേ പുസ്തകമുള്ളൂ. ചിലരുടെ കൈവശം പുസ്തകമേയില്ല. എല്ലാവരും ഒരു ഉത്സവം കാണാനെത്തിയ പോലെ തോന്നി.

പത്തുമണിയോടുകൂടി കുട്ടികൾ ഗ്രൗണ്ടിൽ അണിനിരന്നു.

വിജയികളുടെ പക്ഷത്തുനിന്ന് ബാന്റ് വാദ്യം മുഴങ്ങി. മറ്റെവിഭാഗത്തിന് ബാന്റ് കിട്ടിയില്ല. പകരം ചെണ്ടയാണ് കിട്ടിയത്. അവർ ചെണ്ടമേളം തുടങ്ങി.

വാദ്യഘോഷം മുഴങ്ങിയപ്പോൾ കുട്ടികൾ ആവേശംകൊണ്ടു. അവർ താളമൊപ്പിച്ച് ആടാനും തുള്ളാനും തുടങ്ങി. ചിലർ കൈകൊട്ടി പാട്ടുപാടി. മറ്റു ചിലർ മുദ്രാവാക്യങ്ങൾ ഏറ്റുവിളിച്ചു. കോലം കെട്ടി തുള്ളുന്നവരും കൂട്ടത്തിലുണ്ടായിരുന്നു.

പ്ലക്കാർഡുകൾ പൊക്കിപ്പിടിച്ച് ചിലർ മുൻപിൽ വന്നു നിന്നു. അവർ കുറുക്കന്റെയും കോഴിയുടെയും മറ്റും മുഖംമൂടികൾ ധരിച്ചിരുന്നു.

മറുഭാഗത്തുള്ളവർ ചെണ്ടമേളത്തിനൊത്ത് മഴത്തുമ്പികൾ പോലെ തുള്ളിക്കളിച്ചു.

കാണികൾ എല്ലാം മറന്നു നോക്കി രസിക്കുകയാണ്.

അപ്പോൾ കുട്ടാപ്പുവും കൂട്ടുകാരും കൂടി സ്കൂൾലീഡറെ പൊക്കിയെടുത്തു ചുമലിലിരുത്തി. കൂടിനിന്നവർ ഹർഷാരവം മുഴക്കി.

മറുഭാഗത്ത് അതിലും കൂടുതൽ ഉച്ചത്തിൽ കൈയടിയും ആർപ്പുവിളിയും പൊങ്ങി. അവർ ഒരു നേതാവിന്റെ കോലമുണ്ടാക്കിയിരിക്കുന്നു!

പഴയൊരു ജുബ്ബയിൽ കീറത്തുണിയും വൈക്കോലും നിറച്ചുണ്ടാക്കിയ രൂപമാണ്. പുറത്തേക്കു തള്ളിനിൽക്കുന്ന നാവ്. കഴുത്തിൽ 'തസ്കര വീരൻ' എന്നൊരു ബോർഡും തൂക്കിയിരുന്നു.

ഗെയ്റ്റ് കടന്ന് പ്രകടനക്കാർ രണ്ടു വഴിക്കു നീങ്ങി.

പിറ്റേന്നത്തെ പത്രത്തിൽ ആഹ്ലാദപ്രകടനം പലേടത്തും അക്രമാസക്തമായതിന്റെ റിപ്പോർട്ടുണ്ടായിരുന്നു. കുട്ടികൾ ചൂടോടെ പത്രം മറിച്ചുനോക്കി. നിർണായകമായ സ്കൂൾലീഡർ തിരഞ്ഞെടുപ്പ് നടക്കാനിരിക്കെ, രണ്ടു ക്ലാസ്ലീഡർമാരെ തട്ടിക്കൊണ്ടുപോയതായും ബോക്സിൽ വാർത്ത കൊടുത്തിരുന്നു..

സംഘട്ടനത്തിൽ പ്രതിഷേധിച്ച് അടുത്ത ദിവസം പഠിപ്പു മുടക്കാൻ രണ്ടു വിഭാഗക്കാരും ആഹ്വാനം ചെയ്തിട്ടുണ്ട്.

"ഇന്നു സമരമാണ്." കുട്ടികൾ പല സ്ഥലത്തും കൂടിനിന്ന് സംസാരിച്ചു.

"ഹായ്, സമരം!" ചെറിയ കുട്ടികൾ ആവേശത്തോടുകൂടി ഏറ്റുപറഞ്ഞു. അവർ പുറത്തുനിന്ന് ക്ലാസ്മുറികളിലേക്കും, ക്ലാസ് മുറികളിൽനിന്ന് പുറത്തേക്കും ഓടി.

ബെല്ലടിച്ചപ്പോൾ മുദ്രാവാക്യം വിളികൾ ഉയർന്നു.

കുട്ടാപ്പുവിന്റെ ശബ്ദമാണ് ആദ്യം കേട്ടത്.

വരാന്തയുടെ അപ്പുറവും ഇപ്പുറവും നിന്നു രണ്ടു വിഭാഗക്കാർ ശക്തിപ്രകടനം തുടങ്ങി.

ചില കുട്ടികൾ രണ്ടുപേരുടെ മുദ്രാവാക്യങ്ങളും ഏറ്റുവിളിച്ചു.

കൊടിക്കള്ളനും തസ്കരവീരനുമെല്ലാം മുദ്രാവാക്യത്തിൽ ഉയർന്നു കേട്ടു.

ആവേശം കൂടിവരികയാണ്. അനിഷ്ടസംഭവങ്ങൾ ഒഴിവാക്കാൻ ലോങ്ബെല്ല് മുഴങ്ങി.

ക്ലാസിൽ അക്ഷമരായി കാത്തിരുന്ന ചില കുട്ടികൾ കൂവിക്കൊണ്ട് വെടിയുണ്ടപോലെ പുറത്തേക്കു പാഞ്ഞു. തിരക്കിൽ ഒരാൾ കുടവച്ചു മറന്നു. മറ്റൊരാൾ ഇൻസ്ട്രുമെന്റ് ബോക്സിന്റെ കഥയേ ഓർത്തില്ല.

അന്നത്തെ പഠിപ്പു കഴിഞ്ഞു. അപൂർവം ചിലർ മാത്രം തുറന്നുവെച്ച പുസ്തകം അടച്ച് ക്ലാസിൽനിന്ന് സാവധാനം നടന്നുപോയി.

'ഇന്നു പഠിപ്പുമുടക്കം' – പിറ്റേന്നു രാവിലെ വരാന്തയിൽ ബോർഡ് കണ്ടു.

പ്രതിഷേധപ്രകടനത്തിനിടയ്ക്ക് പൊലീസ് ലാത്തിച്ചാർജ് നടത്തിയതായും, ഒരു വിഭാഗത്തിൽപ്പെട്ട വിദ്യാർഥികൾക്കു പരിക്കേറ്റതായും പത്രവാർത്ത.

അവർ പഠിപ്പുമുടക്കിന് ആഹ്വാനം നൽകിയിരുന്നു.

കുട്ടാപ്പുവും കൂട്ടുകാരും അന്ന് ക്ലാസിൽ കയറിയതേയില്ല. മുദ്രാവാക്യംവിളികളുമായി അവർ സ്കൂളിൽ ചുറ്റിനടന്നു. ഓഫീസ്റൂമിന്റെയും സ്റ്റാഫ് റൂമിന്റെയും അടുത്തെത്തുമ്പോൾ മുദ്രാവാക്യങ്ങൾക്ക് ശക്തി

കൂടും. ക്ലാസിലിരിക്കുന്ന പലരെയും അവർ വിളിച്ചിറക്കിക്കൊണ്ടുവന്നു.

മറുഭാഗം വെറുതെയിരുന്നില്ല. അവർ തങ്ങളുടെ ക്ലാസുകളിൽ കയറി ഇരുപ്പുറപ്പിച്ചു. പലപ്പോഴും ക്ലാസിൽ വരാത്തവരും അക്കൂട്ടത്തിലുണ്ട്. 'ഞങ്ങൾക്ക് പഠിക്കണം. ക്ലാസ് വിടാൻ പാടില്ല' – അതാണ് അവരുടെ വാദം.

'കരിങ്കാലി' വിളികൾ ക്ലാസുമുറികളെ വിറപ്പിച്ചു.

സംഘർഷം കൂടുകയാണ്. ജനൽപ്പാളികളും വാതിലുകളും അട

യ്ക്കുകയും തുറക്കുകയും ചെയ്യുന്ന ശബ്ദം. വഴിയിൽ ഏറ്റുമുട്ടലുകൾ. ത്രിശങ്കുസ്വർഗത്തിലായ അധ്യാപകർ.

അന്നും ബെല്ലടിച്ച് ക്ലാസ് വിടേണ്ടിവന്നു.

പുറത്ത് ആഹ്ലാദം ക്ലാസിൽ അങ്ങിങ്ങ് ചില നെടുവീർപ്പുകൾ. അവർ നിവർത്തിവെച്ച പുസ്തകം മടക്കി. തുറന്നുവെച്ച പേന അടച്ചു. നോട്ടു പുസ്തകങ്ങളിൽ പാതി എഴുതിയ നിറുത്തിയ വാക്യങ്ങൾ.

അടുത്താഴ്ച ഒരു വിഭാഗത്തിന്റെ അവകാശദിനമാണ്. അന്ന് ബാഡ്ജ് ധരിക്കുകയും, വിദ്യാലയങ്ങളിൽ മുദ്രാവാക്യങ്ങൾ വിളിച്ച് പ്രകടനം നടത്തുകയും വേണം.

“പഠിപ്പുമുടക്കമില്ലാതെ എന്ത് അവകാശദിനമാണ്?” അനുയായികൾ ചോദിച്ചു.

നേതാക്കന്മാർ ഹെഡ്മാസ്റ്ററെ സമീപിച്ചു.

“സേർ, കഴിഞ്ഞാഴ്ച മറ്റുള്ളവർ സമരം ചെയ്തപ്പോൾ ക്ലാസ് വിട്ടിരുന്നു. അതിനുപകരം ഇന്ന് ഞങ്ങൾക്കുവേണ്ടി ക്ലാസ് വിടണം.”

ഹെഡ്മാസ്റ്റർ വഴങ്ങിയില്ല.

“ഹെഡ്മാസ്റ്റർ നീതി പാലിക്കുക!” – മുദ്രാവാക്യങ്ങൾ ഉയർന്നു.

ബഹളത്തിൽ ക്ലാസിലിരിക്കുന്ന ഒരു കുട്ടിയുടെ തലയ്ക്ക് ഒരു കല്ലു വന്നുവീണു.

നെറ്റി പൊട്ടി രക്തമൊഴുകിയതോടെ അവകാശസമരം വിജയിച്ചു.

സംഭവങ്ങളൊന്നുമില്ലാതെ ഒരാഴ്ച കടന്നുപോയി.

കുട്ടാപ്പു ക്ലാസിലിരിക്കാൻ പെട്ടപാട്! നടന്നും പുറത്തിറങ്ങിയും അവൻ ഒരുവിധം സമയം തള്ളിനീക്കി. ക്ലാസിലിരിക്കുമ്പോൾ എല്ലാവിഷയവും ഒന്നാണെന്ന് അവന് ചിലപ്പോൾ തോന്നും! ഇംഗ്ലീഷും മലയാളവും ഹിന്ദിയും എല്ലാം കൂടിക്കുഴയും.

അങ്ങനെയിരിക്കുമ്പോൾ അതാ വരുന്നു, അനിശ്ചിതകാലസമരം. എല്ലാ സംഘടനകളും രംഗത്തുണ്ട്. ആനന്ദലബ്ധിക്കിനിയെന്തുവേണം?

ആദ്യദിവസം അനിശ്ചിതകാലസമരത്തിൽ മിക്ക കുട്ടികളും പങ്കെടുത്തു. ഒന്നു രണ്ടുദിവസം കഴിഞ്ഞപ്പോൾ പലരും ക്ലാസിൽക്കയറി ഇരിക്കാൻ തുടങ്ങി.

“നാളെ മുതൽ റഗുലർ ക്ലാസ് തുടങ്ങിയാലോ?” ഹെഡ്മാസ്റ്റർ നേതാക്കന്മാരെ വിളിച്ച് അന്വേഷിച്ചു.

ചിലർ സമ്മതം മൂളി. മറ്റു ചിലർ ഒഴിഞ്ഞുമാറി.

ആദ്യത്തെ ദിവസം പ്രശ്നമൊന്നുമില്ലാതെ ക്ലാസുകൾ നടന്നു. രണ്ടാംദിവസം ക്ലാസ് തുടങ്ങിയതോടെ ചിലർ ആഹ്ലാദശബ്ദം പുറപ്പെടുവിച്ച് ചാടിയെണീറ്റു.

അയൽവിദ്യാലയത്തിൽനിന്ന് കുട്ടികൾ ‘കാരാ കോളേജി’ നെ ലക്ഷ്യമാക്കി നീങ്ങുകയാണ്. അവർ വരാന്തയിലും ക്ലാസ്മുറികളിലും പാഞ്ഞുകയറി. ചെടികളും പൂച്ചട്ടികളും നശിപ്പിച്ചു. ജനലുകൾ തല്ലിപ്പൊളിച്ചു. ഓടുകൾ എറിഞ്ഞുടച്ചു.

പേടിച്ചരണ്ട കുട്ടികൾ ബെല്ലടിച്ച ഉടനെ സ്കൂളിൽനിന്ന് എങ്ങനെയോ രക്ഷപ്പെട്ടു.

ജാഥയിലുണ്ടായിരുന്ന ചിലരെ പോലീസ് റോഡിൽനിന്ന് വാനിൽ കയറ്റിക്കൊണ്ടുപോയി. അതിൽ വിദ്യാർഥികൾ അല്ലാത്തവരും ഉണ്ടായിരുന്നുവത്രേ!

പിന്നീടു വന്നത് വിദ്യാർഥികളുടെ ബസ് സമരമാണ്.

ബസ് സ്റ്റോപ്പിൽ നിറുത്തി കുട്ടികളെ കയറ്റുന്നില്ല സ്കൂൾക്കുട്ടികളെ കാണുമ്പോഴേക്കും കണ്ടക്ടർക്ക് കലികയറും. ഡ്രൈവർ സ്റ്റോപ്പിൽ നിന്നു മാറി മുൻപിലോ പിൻപിലോ ബസ് നിറുത്തും. കുട്ടികൾ ഓടി അടുത്തെത്തുമ്പോഴേക്കും കിളി വാതിലടയ്ക്കും; കണ്ടകടർ മണിയടിക്കും. ഡ്രൈവർ വണ്ടി വിടുകയും ചെയ്യും.

ഓടിത്തളർന്ന കുട്ടികൾ പുസ്തകക്കെട്ടുമായി മണിക്കൂറുകളോളം നിരത്തിൽ നിസ്സഹായരായി കാത്തുനിൽക്കും.

അതുകൊണ്ട് നാലുമണിക്ക് സ്കൂൾ വിട്ടാൽ കുട്ടികൾക്ക് ബസ് തടയുന്ന ജോലിയാണ്. റോഡരികിലിട്ട സിമന്റ് പൈപ്പും മരത്തടിയും കല്ലുകളും അവർ ഉരുട്ടിക്കൊണ്ടുവന്ന് മാർഗതടസമുണ്ടാക്കും. കുട്ടികളെ ബസിൽ കയറ്റിയാലേ, അവ നീക്കം ചെയ്യൂ. ചില ബസുകൾ അതിനിടയിലൂടെയും കുട്ടികളുടെ കണ്ണു വെട്ടിച്ചു കടന്നുപോകും.

കഴിഞ്ഞ ദിവസം അങ്ങനെ കടന്നുപോകാൻ ശ്രമിച്ച ഒരു ബസിന്റെ ഡോർ കുട്ടാപ്പുവിന്റെ ദേഹത്തു തട്ടി. കൈയ്ക്കു പോറലേറ്റു.

ആ ബസ് തടയാൻ പിറ്റേന്ന് കുട്ടികൾ ജാഥയായി വന്ന് നിരത്തിൽ കാത്തുനിന്നു. പക്ഷേ, ബസ് വന്നില്ല. കുറെ കാത്തുനിന്ന ശേഷം കുട്ടികൾ നിരാശരായി മടങ്ങി.

അടുത്ത ദിവസം ബസ് ഓടുന്നുണ്ടെന്നറിഞ്ഞ് അവർ പഠിപ്പു മുടക്കി റോഡിലിറങ്ങി. ബസ് തടഞ്ഞുവെച്ച് അതിന്റെ ടയറിന്റെ കാറ്റഴിച്ചു. ബസിന്റെ പള്ളയ്ക്ക് ഇടിച്ചു. അതിന്റെ മൂക്ക് ചതച്ചു.

ഗതാഗതതടസം നേരിട്ടപ്പോഴെ അധികൃതർ കണ്ണു തുറന്നുള്ളു.

ഏതായാലും പിറ്റേന്നുമുതൽ സ്കൂൾ ബസ് സ്റ്റോപ്പിൽ ഒരു പോലീസുകാരനെ കാണാൻ തുടങ്ങി. കണ്ടക്ടറിൽനിന്ന് നഷ്ടപരിഹാരമായി കുട്ടാപ്പുവിന് അൻപതു രൂപ കിട്ടിയെന്ന രഹസ്യവാർത്തയും പരന്നു.

വീണ്ടും ക്ലാസ്മുറിയിലേക്ക്.

കുറച്ചുദിവസം കുട്ടാപ്പു എങ്ങനെയോ ക്ലാസിലിരുന്നു. വല്ലാത്ത മുഷിപ്പ്!

ഒരുദിവസം അവൻ ഒരു പത്രവുമായെത്തി 'ഇന്ന് സമരം' എന്ന തലക്കെട്ടിൽ, അതിലൊരു വാർത്തയുണ്ടായിരുന്നു.

സ്കൂളിൽ ഹെഡ്മാസ്റ്റർ ഉണ്ടായിരുന്നില്ല. ചാർജുള്ള അധ്യാപകൻ ഏതു നിസ്സാരകാര്യത്തിനും പരിഭ്രമിക്കുന്ന ആളാണ്. ആരെയും വിശ്വാസവുമില്ല.

സമരക്കാർ പത്രവുമായി മാസ്റ്ററുടെ അടുത്തെത്തി. വാർത്ത വായി

ച്ചുനോക്കിയശേഷം മാസ്റ്റർ ചോദിച്ചു. "ഭേഷ്! സമരം ഇല്ലെങ്കിലേ അത്ഭുതമുള്ളൂ."

ബെല്ലടിച്ച ഉടനെ കുട്ടാപ്പുവും കൂട്ടുകാരും മുദ്രാവാക്യം വിളികളുമായി പുറത്തിറങ്ങി.

"ഇന്നെന്തു സമരമാണ്?" അധ്യാപകർ അത്ഭുതത്തോടെ അന്നത്തെ പത്രം വീണ്ടും മറിച്ചുനോക്കി.

സ്റ്റാഫ്റൂമിൽ ഒരു പത്രമേ വാങ്ങുന്നുള്ളൂ. അതിലൊന്നും വാർത്തയില്ല.

"ഇന്ന് സമരമൊന്നുമില്ല." അൽപം അധികാരസ്വരത്തിലായിരുന്നു മറുപടി.

പിന്നീട് ആരും ഒന്നും പറഞ്ഞില്ല.

കുട്ടികൾ പതിവുപോലെ ബഹളമുണ്ടാക്കി. പതിവുപോലെ ബെല്ലടിച്ച് ക്ലാസ്സ് വിടുകയും ചെയ്തു.

എല്ലാം കഴിഞ്ഞശേഷം ചിലർ കുട്ടാപ്പുവിന്റെ കൈവശമുള്ള പത്രം വാങ്ങി മറിച്ചുനോക്കി. അതിന് തികച്ചും ഒരു കൊല്ലത്തെ പഴക്കമുണ്ടായിരുന്നു!

ഏഴ്

ഗാന്ധിജയന്തി.

രാഷ്ട്രപിതാവിന്റെ ജന്മദിനം

വിദ്യാലയങ്ങളിൽ അത് 'സേവനവാര' മായി ആഘോഷിക്കുന്നു.

ഹിന്ദി പാഠപുസ്തകത്തിൽ രാഷ്ട്രപിതാവിന്റെ ഒരു ചിത്രമുണ്ട്. മൊട്ടത്തലയും കണ്ണടയും. പല്ലില്ലാതെ ചിരിക്കുന്ന രൂപം. ആ ചിത്രം കുട്ടാപ്പുവിന് നല്ല ഓർമയുണ്ട്. ഗാന്ധിജിയെക്കുറിച്ചുള്ള പാഠം ക്ലാസിലെടുക്കുമ്പോൾ അവൻ ആ ചിത്രത്തിന്റെ സ്കെച്ച് വരയ്ക്കുകയായിരുന്നു!

പിന്നീട് ഗാന്ധിജിയെ ഓർക്കുന്നത് 'സേവനവാര' ത്തിലാണ്.

വിപുലമായ പരിപാടികളാണ് സേവനവാരത്തിനുള്ളത്. പ്രധാനമായും ശുചീകരണമാണ്. സ്കൂളും പരിസരവും വൃത്തിയാക്കുക. ഇടവഴികൾ, അഴുക്കുചാലുകൾ ഇവ നന്നാക്കുക തുടങ്ങിയവ അതിൽപ്പെടും. അതു കഴിഞ്ഞാൽ ലഘുഭക്ഷണമുണ്ട്. ഉച്ചയ്ക്കുശേഷം പ്രസംഗങ്ങളും കലാപരിപാടികളും.

ക്ലാസിൽ നോട്ടീസ് വായിച്ചു കേട്ട ഉടനെ കുട്ടാപ്പു സടകുടഞ്ഞെഴുന്നേറ്റു. പുസ്തകങ്ങൾ കൊണ്ടുവരേണ്ടെന്ന് അറിയിച്ചപ്പോൾ കുട്ടികൾ ഹർഷാരവം മുഴക്കി.

ഒരാഴ്ച പുറത്തെ ശുദ്ധവായു ശ്വസിക്കാം. ഡസ്കിനും ബെഞ്ചിനും ഇടയ്ക്കുള്ള തടവറയിൽനിന്ന് തൽക്കാലത്തേക്കു മോചനം കിട്ടുമല്ലോ. കുട്ടാപ്പുവിന് ആശ്വാസം തോന്നി.

വാരാചരണദിവസം ആദ്യം സ്കൂളിലെത്തിയത് കുട്ടാപ്പുവാണ്. പലരും വൈകിയാണ് എത്തിച്ചേർന്നത്.

തുടക്കത്തിൽ ആകെ ആശയക്കുഴപ്പമായിരുന്നു. കുട്ടികൾ കൂടുതൽ,

ജോലി കുറവും. അവരെ സ്ക്വാഡുകളായി തിരിക്കാൻ തന്നെ വല്ലാതെ പാടുപെടേണ്ടിവന്നു. എങ്ങും നിന്നുതിരിയാൻ ഇടമില്ല. ഒരു ചൂലിന്മേൽ പത്തുപേർ പിടികൂടി. ഒരു പുല്ലു പറിക്കാൻ നാലു കൈകൾ ഒന്നിച്ചു നീണ്ടു.

ഞൊടിയിടകൊണ്ട് പൊടിപടലങ്ങൾ ഉയർന്നു. മാറാലകൾ പറന്നു. പഴയ ഡെസ്റ്ററും മറ്റും മുകളിൽ നിന്ന് നിലത്തു വീണു.

ക്ലാസ് മുറികളും പരിസരവും വൃത്തിയാക്കിയശേഷം കുട്ടികൾ ഇനി യെന്ത് എന്ന മട്ടിൽ നിന്നു.

അപ്പോൾ കായികാധ്യാപകൻ കുട്ടാപ്പുവിനെയും മുതിർന്ന കുട്ടികളെയും അടുത്തു വിളിച്ചു.

"നമുക്ക് ഗ്രൗണ്ടിൽ പുല്ലു വെച്ചുപിടിപ്പിച്ച് ഗംഭീരമാക്കണം. എന്തു പറയുന്നു?"

"ഞങ്ങൾ തയാറാണ് സേർ" കുട്ടികൾ ആവേശത്തോടെ പറഞ്ഞു.

നിലത്തു പിടിപ്പിക്കാൻ പറ്റിയ പുല്ല് അടുത്തെങ്ങുമില്ല. കടൽക്കരയിലെ ചതുപ്പുസ്ഥലത്ത് അത്തരം പുല്ലുണ്ട്. അതു വേരോടെ കൊത്തിയെടുത്തുകൊണ്ടുവരണം.

കുട്ടാപ്പുവിന്റെ നേതൃത്വത്തിൽ ഉടനെ കുട്ടികൾ പുറപ്പെട്ടു. കൈക്കോട്ട്, പിക്കാസ് തുടങ്ങിയ ഉപകരണങ്ങളുമായി അവർ ജാഥയായി നീങ്ങി. ഒരു ട്രോളി വാടകയ്ക്കെടുത്തു. അതു തള്ളിക്കൊണ്ട് അവർ പാട്ടുപാടി. കുട്ടാപ്പുവും മറ്റു ചിലരും ട്രോളിയിൽ കയറിയിരുന്നു.

അധ്യാപകർ പിന്നാലെ നടന്നുവന്നു.

അപ്പോൾ വഴിക്കുവെച്ച് ചെറിയൊരു കശപിശ. ഒരു സൈക്കിൾ ചായക്കച്ചവടക്കാരൻ എതിരെ വരുന്നുണ്ടായിരുന്നു. ട്രോളി അവന്റെ സൈക്കിളിൽ മുട്ടി. ഏതാനും കപ്പുകൾ പൊട്ടി. രംഗം വഷളാകുന്നതിനുമുമ്പ് അധ്യാപകർ സ്ഥലത്തെത്തി. പൊട്ടിയ കപ്പിന്റെ വില കൊടുത്ത് അവർ കച്ചവടക്കാരനെ പറഞ്ഞുവിട്ടു.

കടൽക്കരയിൽ നല്ല വെയിലായിരുന്നു.

കുട്ടികൾ കൈയും മെയ്യും മറന്ന് പുൽത്തകിടുകൾ കൊത്തിമറിച്ചു. വെയിൽ അവർക്കൊരു പ്രശ്നമായിരുന്നില്ല.

കുട്ടാപ്പുവിന്റെ ദേഹം വിയർപ്പിൽ കുളിച്ചു. വെയിലേറ്റ് അവന്റെ നെറ്റിയിലെ വിയർപ്പുതുള്ളികൾ മിന്നിത്തിളങ്ങി.

അധികം താമസിയാതെ നിറയെ പുൽക്കട്ടകളുമായി ട്രോളി തിരിച്ചു.

കുറെപ്പേർ പുൽക്കട്ടകൾ ഗ്രൗണ്ടിൽ വെച്ചുപിടിപ്പിക്കുന്നതിൽ മുഴുകി.

ഒരിടത്ത് പുല്ല് കൊത്തിയെടുക്കുന്ന തിരക്ക്. മറ്റൊരിടത്ത് അതു വെച്ചുപിടിപ്പിക്കുന്ന ബഹളം.

നാലുദിവസം ഉച്ചവരെ കുട്ടികൾ അതേ ജോലി തുടർന്നു നിരവധി മണിക്കൂറുകളിലെ മനുഷ്യപ്രയത്നം. അനേകംപേരുടെ വിയർപ്പ്.

ഒടുവിൽ വെറും ചരൽപ്പറമ്പ് പച്ചവില്ലീസ് വിരിച്ച മൈതാനമായി മാറി.

"നന്നായിരിക്കുന്നു." കായികാധ്യാപകൻ കുട്ടികളെ അഭിനന്ദിച്ചു.

ബാക്കിയുള്ള ദിവസം കുട്ടികളുടെ ശ്രദ്ധ തിരിഞ്ഞത് റോഡ് നിർമാണത്തിലേക്കാണ്.

സ്കൂളിലേക്ക് വയലിൽക്കൂടി ഒരു നിരത്തുണ്ട്. ആകെ കുണ്ടും കുഴിയും പുല്ലും നിറഞ്ഞ് നടക്കാൻ പറ്റാതായിരിക്കുന്നു. വേനൽക്കാലത്തുപോലും അതിലെ നടക്കുക പ്രയാസമാണ്. മഴക്കാലത്തെ കഥ പറയുകയും വേണ്ട. മഴക്കാലത്ത് അവിടെ ചളിയും വെള്ളവുമായിരിക്കും.

അത് നീന്തിക്കടന്നു വേണം കുട്ടികൾക്ക് സ്കൂളിലെത്താൻ. അവർ പുസ്തകക്കെട്ടുമായി ആ വഴി നടക്കുന്നത് ഒരു സർക്കസ് അഭ്യാസിയെപ്പോലെയാണ്. അഭ്യാസം പിഴച്ചാൽ ചളിക്കുണ്ടിൽ വീണതുതന്നെ. പലപ്പോഴും അങ്ങനെ സംഭവിച്ചിട്ടുമുണ്ട്.

ശ്രമദാനക്കാർ വഴിയിലെ കുണ്ടും കുഴിയും കല്ലിട്ടു നികത്തി നിരത്ത് മണ്ണിട്ടുയർത്തി.മുള്ളും പുല്ലും ചെത്തിനീക്കി.

മുതിർന്നവർ പലരും കുട്ടികൾ പണിയെടുക്കുന്നത് കൗതുകത്തോടെ നോക്കിനിന്നു. ഒരാൾ കുട്ടാപ്പുവിനെത്തന്നെ കുറെ നോക്കി നിന്നശേഷം അഭിപ്രായപ്പെട്ടു: "രണ്ടാളുടെ ജോലി ചെയ്യുന്നുണ്ട്."

ഉച്ചവരെയുള്ള അധ്വാനം കഴിഞ്ഞാൽ എന്നും ലഘുഭക്ഷണം ഉണ്ടായിരുന്നു. പുഴുങ്ങിയ കപ്പയും കാപ്പിയും, കുഴച്ച അവിലും ചായയും– അങ്ങനെ ഏതെങ്കിലും വിഭവങ്ങൾ.

ശ്രമദാനത്തിനുശേഷം ഭക്ഷണത്തിനിരിക്കുന്ന കുട്ടികളെ ഒന്നു കാണേണ്ടതുതന്നെയാണ്

കുട്ടാപ്പുവാണ് എല്ലാവരുടെയും നോട്ടപ്പുള്ളി. അവന്റെ മുൻപിൽ ഒരിലയ്ക്കു പകരം രണ്ടിലയുണ്ട്. വിളമ്പുന്ന അധ്യാപകർക്ക് അതറിയാം. അവർ നേർത്ത ചിരിയോടെ രണ്ടിലയിലും വിഭവങ്ങൾ വിളമ്പും. അടുത്തിരിക്കുന്ന കുട്ടികൾ ഊറിച്ചിരിക്കും. അപ്പോൾ കുട്ടാപ്പു കൂട്ടുകാരുടെ നേർക്ക് കണ്ണിറുക്കി കാണിക്കും.

അവൻ രണ്ടിലയും അടുത്തേക്കു വലിച്ചുവെച്ച് ശ്രമദാനമാരംഭിക്കും. പിന്നീട് കുറച്ചുനേരത്തേക്ക് ഒന്നും കാണുകയോ കേൾക്കുകയോ ഇല്ല.

"ടീച്ചർ,കുറച്ചുകൂടി," മീനാക്ഷിടീച്ചർ പാത്രങ്ങളുമായി അടുത്തെത്തുമ്പോൾ അവൻ മെല്ലെ പറയും.

ആ മെല്ലെപ്പറച്ചിൽ ടീച്ചർ ഒരിക്കലും കേൾക്കാതിരിക്കില്ല. അതിനു പ്രത്യേക കാരണവുമുണ്ട്.

സ്കൂളിലെ ഉച്ചക്കഞ്ഞിവിതരണത്തിന്റെ ചുമതല മീനാക്ഷി ടീച്ചർക്കാണ്. മൂന്നൂറോളം കുട്ടികൾക്ക് കഞ്ഞിയും ചെറുപയറും കൊടുക്കണം. അതിനു പലപ്പോഴും മുതിർന്ന കുട്ടികളുടെ സഹായം തേടിയിരുന്നു.

കുട്ടാപ്പു അക്കാര്യം ഭംഗിയായി നിർവഹിക്കും. കുട്ടികൾക്ക് അവൻ വിളമ്പുന്നതാണ് ഇഷ്ടവും. പാത്രവുമായി കാത്തിരിക്കുന്ന കുട്ടികൾ സ്നേഹസ്വരത്തിൽ വിളിക്കും; "കുട്ടാപ്പുവേട്ടാ." അപ്പോൾ അവരുടെ കണ്ണുകൾ അവന്റെ മുഖത്തുതന്നെയായിരിക്കും.

കുറച്ചു കഞ്ഞിയും ചെറുപയറും വിളമ്പുന്ന കുട്ടികൾക്കായി ടീച്ചർ മാറ്റിവെക്കും. പക്ഷേ, കുട്ടാപ്പു ഒരിക്കലും അതു കഴിക്കാറില്ല.

"എനിക്കു വേണ്ട ടീച്ചർ." അവൻ ഒഴിഞ്ഞുമാറും.

"കുട്ടാപ്പുവിനു വിശപ്പില്ലേ?"

"ഇല്ല"

പിന്നെ ഒരു നിമിഷം അവൻ അവിടെ നിൽക്കില്ല.

ആ കുട്ടാപ്പുവാണ് ഇപ്പോൾ രണ്ടിലയുമായി നിലത്തിരിക്കുന്നത്.

ഉച്ചയ്ക്കുശേഷം ഒരുദിവസം വിദ്യാഭ്യാസത്തെപ്പറ്റി ഒരു ചർച്ചയുണ്ടായിരുന്നു. അവിടെ നടന്ന പ്രസംഗങ്ങൾ പലതും കുട്ടാപ്പുവിനു മനസിലായില്ല. തൊഴിലധിഷ്ഠിത വിദ്യാഭ്യാസത്തെക്കുറിച്ച് കേട്ടപ്പോൾ അവൻ നിവർന്നിരുന്നു. ശാരീരികാധ്വാനത്തിന്റെ മാഹാത്മ്യം അവൻ ശ്രദ്ധിച്ചുകേട്ടു. പക്ഷേ, ഇരുപത്തൊന്നാം നൂറ്റാണ്ടിലേക്കുള്ള വിദ്യാഭ്യാസത്തെക്കുറിച്ചുള്ള പ്രസംഗം അവനെ ആശയക്കുഴപ്പത്തിലാക്കി.

ഇതെന്തു തമാശ എന്നാണ് അവനു തോന്നിയത്. കുട്ടികൾ ഇപ്പോൾ ജീവിക്കുന്നത് ഇരുപതാം നൂറ്റാണ്ടിലാണ് എന്നറിയാത്ത മരത്തലയന്മാർ. 'ഇന്നി' ന്റെ പ്രശ്നമില്ലാത്തവർ നാളെയെക്കുറിച്ചു പറയുന്നത് എന്ത് അസംബന്ധമാണ്?

ഉച്ചക്കഞ്ഞിക്കുവേണ്ടി വരിവരിയായി കാത്തിരിക്കുന്നവരുടെ മുഖം കുട്ടാപ്പുവിന്റെ മനസിൽ തെളിഞ്ഞു. പാത്രത്തിൽ ശേഷിച്ച കഞ്ഞി വൈകുന്നേരം പങ്കുവെച്ചു കഴിക്കുന്ന സ്വന്തം അനിയത്തിയെയും അനിയനെയും അവൻ ഓർത്തു. ഭക്ഷണം, വസ്ത്രം, പാർപ്പിടം– ഇന്നിന്റെ രൂപം വലുതായി, രാക്ഷസീയമായ രൂപംപൂണ്ട് ആകാശത്തോളമുയർന്നു. ഭീകരമായ അലർച്ച അൻപതുകോടി നിരക്ഷരരുടെ നിലവിളി അതിൽ മുങ്ങിപ്പോയി.

വൈകുന്നേരത്തെ കലാപരിപാടിയിൽ കുട്ടാപ്പുവിന്റെ ഒരു മോണോ ആക്ട് ഉണ്ടായിരുന്നു. ഒരു കള്ളുകുടിയനായാണ് അവൻ രംഗത്തെത്തിയത്. അവനെക്കണ്ട ഉടനെ കുട്ടികൾ കരഘോഷം മുഴക്കി.

തലയിലൊരു കെട്ട്, കൈയിലൊരു കുപ്പി, ചുകന്ന കണ്ണുകൾ അവൻ ആടിക്കുഴഞ്ഞ് രംഗത്തെത്തി. കാലുകൾ ഇടറി. നാക്കു കുഴഞ്ഞു. അവ്യക്തമായ ശബ്ദം ഇടയ്ക്ക് ഉച്ചത്തിലായി മാറി.

അവൻ ഒരു കള്ളുകുടിയനായി അഭിനയിക്കുന്നതായി ആർക്കും തോന്നിയില്ല!

"പാരമ്പര്യഗുണം തന്നെ" സരസനായ ഒരു അധ്യാപകൻ മെല്ലെ അഭിപ്രായപ്പെട്ടു.

ആരോടൊക്കെയോ ഉള്ള പ്രതിഷേധം തീർത്തമട്ടിലാണ് കുട്ടാപ്പു വേച്ചുവേച്ചുകൊണ്ട് രംഗത്തുനിന്നുപോയത്.

കാണികൾ ആർത്തു ചിരിക്കുകയും കൈയടിക്കുകയും ചെയ്ത് അവനെ അഭിനന്ദിച്ചു. പക്ഷേ, അവന്റെ കണ്ണിൽ ഊറിനിന്ന കണ്ണീർ മാത്രം ആരും ശ്രദ്ധിച്ചില്ല.

എട്ട്

കുട്ടാപ്പു വൈകിയാണ് ഉണർന്നത്. ഞായറാഴ്ചയാണ്. സ്കൂളില്ല അവൻ എഴുന്നേൽക്കാതെ കണ്ണുതുറന്ന് കുറെനേരം കിടന്നു.

അമ്മ പാത്രം തേച്ചുകഴുകുന്ന ശബ്ദം. പുറത്ത് ആട്ടിൻകുട്ടിയുടെ കരച്ചിൽ.

അവൻ എഴുന്നേറ്റ് ഇറയത്തു തൂക്കിയിട്ട പാളയിൽനിന്ന് ഉമിക്കരി നുള്ളിയെടുത്തു. പല്ലു തേക്കാനായി കിണറ്റിൻകരയിലേക്കു നടന്നു.

വാസ്തവത്തിൽ അതൊരു കിണറല്ല. കിണറോ കുളമോ അല്ലാത്ത ഒരു കുഴി മാത്രമാണ്. തെളിഞ്ഞ വെള്ളത്തിൽ അടിയിൽ നിന്ന് ഉറവ പൊട്ടുന്നതു കാണാം. ഒരു ഓവിലൂടെ വെള്ളം പുറത്തേക്ക് കിനിഞ്ഞൊഴുകിക്കൊണ്ടിരിക്കും.

കുട്ടാപ്പു പല്ലുതേച്ച് ഓവിലെ വെള്ളത്തിലേക്കു തുപ്പി. മീനുകൾ ഓടിക്കൂടി. കരി വെള്ളത്തിൽ കലങ്ങിയശേഷം ഒലിച്ചുപോയി. വെള്ളം വീണ്ടും തെളിഞ്ഞു.

ഞായറാഴ്ചയായതുകൊണ്ട് വയൽവരമ്പിലൂടെ പതിവായി പോകാറുള്ള ആരെയും കാണുന്നില്ല. അകലെ മറയാൻ മടിച്ചു നിൽക്കുന്ന മഞ്ഞ്. ഇളവെയിലേറ്റ് വയൽ മിന്നിത്തിളങ്ങുന്നു. ഒരു വയസൻകൊക്കു മാത്രം ഒരു മൂലയ്ക്ക് ഒറ്റകാലിൽ തപസ്സ് ചെയ്യുന്നു.

വീടുകളിൽനിന്ന് പുകച്ചുരുളുകൾ സാവധാനം മേലോട്ടുയർന്നു. അവ കട്ടിപിടിച്ച് ചോദ്യചിഹ്നങ്ങളായി അന്തരീക്ഷത്തിൽ തങ്ങിനിന്നു.

"കുട്ടപ്പേ, കുട്ടപ്പേ!"

അയൽ വീടുകളിലെ കുട്ടികളാണ്. അവർ കുട്ടാപ്പുവിനെ തേടിയെത്തി. അവർക്ക് പട്ടമുണ്ടാക്കിക്കൊടുക്കാനാണ്.

ഒരുവന്റെ കൈയിൽ ഒരു പട്ടമുണ്ട്. അത് 'എന്നെ വിടൂ' എന്ന മട്ടിൽ

പിടിവിട്ടുയരാൻ ശ്രമിക്കുന്നു. മറ്റൊരുവന്റെ കൈയിലുള്ള പട്ടംഅതിമനോഹരമാണ്. അതിന്റെ വാലിൽ തിളങ്ങുന്ന ഒരു നക്ഷത്രവുമുണ്ട്. പക്ഷേ, അതു പറന്നുയരുമ്പോഴേക്കും മൂക്കു കുത്തി നിലത്തു വീഴും. അതിന്റെ തകരാറ് ശരിയാക്കണം. മൂന്നാമന്റെ കൈയിൽ വർണക്കടലാസുകളും നൂലും മറ്റുമുണ്ട്; അതുപയോഗിച്ച് അവനൊരു പട്ടമുണ്ടാക്കിക്കൊടുക്കണം. അതു മറ്റുള്ളവരുടെ പട്ടത്തെക്കാൾ ഉയരത്തിൽ പറക്കുകയും വേണം. അതു നിർബന്ധമാണ്.

കുട്ടാപ്പുവിന്റെ കൈക്കൊണ്ടു തൊട്ടാൽ ഏതു പട്ടവും പറന്നുയരുമെന്ന് അവർക്കറിയാം.

അവൻ നക്ഷത്രവാലുള്ള പട്ടം പരിശോധിച്ചു. കുട്ടികൾ അവനു ചുറ്റും നിന്നു.

"ഇവന്റെ സുഖക്കേടെന്താണെന്നറിയാമോ?" കുട്ടാപ്പു പരിശോധനയ്ക്കുശേഷം പറഞ്ഞു: "ഇവന്റെ വാരിയെല്ലിനാണ് തകരാറ്. ഒരു വാരിയെല്ല് ഒടിഞ്ഞിരിക്കുന്നു."

അവൻ അലകുകൾ അഴിച്ച് പൊട്ടിയ കമ്പ് മാറ്റിവെച്ചു.

"ഇനി ഇവനെ പിടിച്ചാൽ കിട്ടില്ല."

പട്ടത്തിന്റെ ഉടമ ചിരിച്ചു.

വർണക്കടലാസുകൾ എടുത്ത് കുട്ടാപ്പു പുതിയ പട്ടത്തിന്റെ പണി തുടങ്ങി. ആദ്യം നട്ടെല്ലും വാരിയെല്ലുകളും മിനുക്കിയെടുത്തു. വർണക്കടലാസിൽ പൊതിഞ്ഞപ്പോൾ പട്ടം ഒരു സുന്ദരക്കുട്ടപ്പനായി. അവന്റെ പട്ടുകോണകവാൽ താഴോട്ടു ഞാന്നുകിടന്നു. കൈകൾ കുഞ്ഞിച്ചിറകുകളായി മാറി.

"സൂക്ഷിക്കണം. ഇവൻ നിന്നെയുംകൊണ്ട് പറന്നുകളയും." കുട്ടാപ്പു പുഴുപ്പല്ലുള്ള കുട്ടിയോടു പറഞ്ഞു.

അവൻ രണ്ടു കൈകൊണ്ടും പട്ടം ഏറ്റുവാങ്ങി. അപ്പോൾ അവന്റെ നിക്കർ താഴോട്ട് ഊർന്നുവീഴാൻ തുടങ്ങി.

പട്ടവുമായി കുട്ടികൾ മലമുകളിലെത്തി. കുട്ടാപ്പു ആനപ്പാറയിൽ കയറിയിരുന്നു.

പട്ടങ്ങൾ ആകാശത്തിലേക്കുയർന്നു. കാറ്റിൽ അവയുടെ കടിഞ്ഞാൺ വില്ലുപോലെ വളഞ്ഞു. വെള്ളിമേഘങ്ങളെ പുൽകാൻ പട്ടങ്ങൾ മത്സരിച്ചു കുതിച്ചു.

വൈകുന്നേരമായാൽ മൈതാനത്ത് പന്തുകളിയാണ്. കുട്ടാപ്പു എത്തുന്നതിനു മുമ്പുതന്നെ ചിലർ പന്തു തട്ടിക്കളിക്കാൻ തുടങ്ങിയിരുന്നു.

അവിടെ നല്ലൊരു വോളിബോൾ കോർട്ടുണ്ട്. കളിക്കാർക്കോ കാണികൾക്കോ യാതൊരു ക്ഷാമവുമില്ല.

പുറത്തു പോകുന്ന പന്തെടുത്തുകൊണ്ടു വരുന്നത് ചെറിയ കുട്ടികളുടെ ജോലിയാണ്. അതിനു സന്നദ്ധഭടന്മാർ ചുറ്റും തയാറായി നിൽക്കും. പാഞ്ഞുപോകുന്ന പന്തിനെ അവർ പറന്നു പിടിക്കും.

മുമ്പ് വാഴനാരുകൊണ്ടു പന്തു കെട്ടുകയും അതുകൊണ്ടു കളിക്കുകയും ചെയ്ത ഒരു തലമുറ അവിടെ ഉണ്ടായിരുന്നു. ചെറിയ കുട്ടിയായിരുന്നപ്പോൾ കുട്ടാപ്പു അവർ കളിക്കുന്നതു കണ്ടിട്ടുണ്ട്. രണ്ടു ഭാഗമായി നിന്ന് കൈകൊണ്ടു പന്തു നീട്ടിയടിക്കും. ദൂരേക്കു ദൂരേക്കു പറന്നു നീങ്ങുന്ന പന്തിനെ എന്തു വിസ്മയത്തോടു കൂടിയാണ് അന്നു നോക്കി നിന്നിട്ടുള്ളത്!

അന്ന് കത്തിനിന്നവർ ഇപ്പോൾ രംഗത്തില്ല. ചിലർ മൈതാനത്തു വന്നിരിക്കാറുണ്ട്. പക്ഷേ, കളിക്കാറില്ല. പുതിയ തലമുറ കളിക്കുന്നതു നോക്കി അവർ നിശ്ശബ്ദരായിരിക്കും.

ഒരു ഭാഗത്തു പന്തുകളി നടക്കുമ്പോൾ വേറൊരു വശത്ത് കുട്ടികൾ പട്ടം പറപ്പിച്ചു രസിക്കും. ചിലർ പ്രാവുകളെ പറപ്പിക്കും. ചിറകടിച്ചുയ

രുന്ന വെള്ളപ്രാവ് ആകാശത്തിൽ ഒരു പൊട്ടുപോലെ അപ്രത്യക്ഷമാവും. കൈമുട്ടുന്ന ശബ്ദം കേട്ടാൽ അതു വെള്ളിമേഘങ്ങൾക്കിടയിൽനിന്ന് ഇറങ്ങിവന്ന് യജമാനന്റെ ചുമലിൽ വന്നിരിക്കും.

മൈതാനത്തിലെ പന്തുകളി സന്ധ്യമയങ്ങുന്നതുവരെ നീണ്ടു നിൽക്കാറുണ്ട്. കളി കഴിഞ്ഞാൽ കുട്ടാപ്പു പുഴക്കരയിലേക്കു നടക്കും. കുളിക്കുന്നതിനു മുമ്പ് കുറെനേരം മണലിൽ മലർന്നു കിടക്കും. കുളി കഴിഞ്ഞു നിരത്തിലൂടെ നടന്നുവരുമ്പോൾ ഇരുട്ടിൽ നിന്നു പലപ്പോഴും അച്ഛന്റെ പാട്ടു കേൾക്കാം; “ആറ്റുംമണമ്മലേ ഉണ്ണിയാർച്ചാ....”

ഉത്സവക്കാലമായാൽ കുട്ടാപ്പുവിന് തിരക്കാണ്. തിരുവാതിരയ്ക്ക് ക്ഷേത്രത്തിലെ ഉത്സവത്തിനും മറ്റും അവന്റെ ഏതെങ്കിലും പരിപാടികൾ ഉണ്ടായിരിക്കും.

ആതിരരാത്രിയിൽ സ്ത്രീകളും കന്യകമാരും വ്രതാനുഷ്ഠാനത്തോടെ ഉറക്കമിളച്ചിരിക്കുമ്പോൾ, കുട്ടാപ്പുവും സംഘവും കോലം കെട്ടി വീടുവീടാന്തരം കയറിയിറങ്ങും.

പാളയിൽ കോലങ്ങൾ വരച്ചുണ്ടാക്കി അവർ മുഖത്തുവെച്ചു കെട്ടും. തലയിൽ നിറമുള്ള കൂമ്പൻതൊപ്പി. ദേഹത്ത് പലവിധം ചായങ്ങൾ വാരി പ്പൂശിയിരിക്കും. ചുമലിൽ ഗദയുമേന്തി, ഇളകുന്ന വാലുമായി നടക്കുന്ന ഹനുമാനെയും കൂട്ടത്തിൽ കാണാം.

സംഘത്തിൽ എട്ടോ പത്തോ കളിക്കാരുണ്ടായിരിക്കും. ഒപ്പം വാദ്യമേളം. വലിയൊരു കൂട്ടത്തിന്റെ അകമ്പടിയും, പ്രധാന ലക്ഷ്യം ഹൗസിങ് കോളനിയാണ്.

“കളിക്കട്ടെ?” അവർ വിളിച്ചുചോദിക്കും.

സമ്മതം കിട്ടിയാൽ അകത്തു കടക്കും. കന്യകമാർക്ക് മംഗളം നേർന്നുകൊണ്ട് എല്ലാവരും ചേർന്ന് ആദ്യമൊരു പാട്ടു പാടും. അവരുടെ വേഷവും ഭാവവും കണ്ടു വീട്ടിലുള്ളവർ ചിരിച്ചു മണ്ണു കപ്പും.

“ഇനി നാടകമാണ്.”

“കളിച്ചോ, കളിച്ചോ!” ഗൃഹനാഥൻ പ്രോത്സാഹിപ്പിക്കും.

നാടകത്തിന്റെ രചനയും സംവിധാനവുമെല്ലാം കുട്ടാപ്പു തന്നെ. അഞ്ചു മിനിട്ടുകൊണ്ട് ഒരു പൊട്ടിച്ചിരിയിൽ നാടകം അവസാനിക്കും.

“ഇനി *രാമായണ*ത്തിൽനിന്നുള്ള ഒരു രംഗം.”

സീത ചിന്താവിഷ്ടയായി അശോകവനത്തിൽ ഇരിക്കുകയാണ്. കരഞ്ഞു കരഞ്ഞു കണ്ണുകൾ കലങ്ങിയിരുന്നു. പെട്ടെന്നാണ് ഹനുമാൻ അവിടെ ചാടിവീഴുന്നത്. സീത നിലവിളിയോടെ എഴുന്നേറ്റൊരോട്ടം. മുറ്റത്തെ പൂച്ചട്ടിയിൽ കാൽതട്ടി 'പ്ഥും' . ഹനുമാൻ അടയാളം കാണിച്ച് ആശ്വസിപ്പിച്ചപ്പോഴേ, സീത അവിടെ നിന്ന് എഴുന്നേറ്റുള്ളൂ!

പുലരുമ്പോൾ വീതിച്ചെടുക്കാൻ കളിക്കാർക്ക് നല്ലൊരു സംഖ്യ കിട്ടും. നാട്ടിൽ ഹൗസിങ് കോളനി വന്നതിന്റെ ഗുണം കുട്ടാപ്പുവിന് അപ്പോഴാണ് ബോധ്യപ്പെടുന്നത്.

ഒരാഴ്ച ക്ഷേത്രത്തിൽ ഉത്സവമാണ്. കാലിച്ചന്തയും കലാപരിപാ

ടികളും എഴുന്നള്ളത്തുമായി ദിവസങ്ങൾ പോകുന്നതറിയില്ല.

ഒരിടത്ത് കന്നുകാലികളെ വിൽക്കലും വാങ്ങലും നടക്കും. മറ്റൊരിടത്ത് യന്ത്രഊഞ്ഞാലും മരണക്കിണറും മൃഗശാലയും മറ്റുമാണ്. വളക്കച്ചവടക്കാർക്കും ബലൂൺവിൽപ്പനക്കാരനും ഒരു ക്ഷാമവുമില്ല. അമ്പലത്തിൽ ദീപാരാധനയും ആനയെഴുന്നള്ളത്തും കഥാപ്രസംഗവും ഉണ്ടായിരിക്കും. എല്ലാറ്റിനെയും കവച്ചുവെച്ചുകൊണ്ട് പരസ്യങ്ങളുടെ ബഹളവും.

ഉത്സവം സമാപിക്കുന്നത് ഗംഭീര വെടിക്കെട്ടോടുകൂടിയാണ്.

ഉത്സവപ്പറമ്പിൽ എല്ലാവരുടെയും ശ്രദ്ധയാകർഷിച്ച ഒരു സ്റ്റാളുണ്ട്. 'ഉരുകുന്ന മനുഷ്യൻ' എന്ന ബോർഡ് അവിടെ മിന്നിത്തിളങ്ങുന്നു. കുട്ടാപ്പുവിന്റെ പ്രവർത്തനരംഗം അവിടെയാണ്.

സ്ഥലത്തെ ഇലക്ട്രീഷ്യന്റെ കൈകളാണ് 'ഉരുകുന്ന മനുഷ്യ' ന്റെ പിന്നിൽ പ്രവർത്തിക്കുന്നത്.

മുറിയിൽ ആദ്യം പൂർണ ഇരുട്ടാണ്. നോക്കിനിൽക്കവേ മുമ്പിൽ നേർത്ത പ്രകാശം തെളിയുന്നു. പ്രകാശം കൂടിവരുമ്പോൾ നിശ്ചലനായി നിൽക്കുന്ന ഒരു മനുഷ്യനെയാണ് കാണുന്നത്. പിന്നെ പ്രകാശം മങ്ങുകയായി. വീണ്ടും പൂർണമായ ഇരുട്ട്. സാവധാനം പ്രകാശം തെളിയുമ്പോൾ കാണികളുടെ മുൻപിലുള്ളതാകട്ടെ, മനുഷ്യനു പകരം അസ്ഥികൂടം!

മനുഷ്യൻ ഉരുകി അസ്ഥികൂടമാവുക! പിടികിട്ടാത്ത അത്ഭുതവുമായി കാണികൾ മിഴിച്ചിരിക്കുന്നു.

ഉരുകുന്ന മനുഷ്യനെ സൃഷ്ടിക്കാൻ ഒരു അസ്ഥികൂടവും ഏതാനും ബൾബുകളും ചരിച്ചുവെക്കാൻ പറ്റിയ വലിയൊരു ഗ്ലാസും കർട്ടനും മാത്രമേ ആവശ്യമുള്ളൂ. ഗ്ലാസിന്റെ ഒരു ഭാഗത്തു നിൽക്കാൻ ഒത്ത ഉയരമുള്ള ഒരാൾകൂടി വേണമെന്നു മാത്രം.

'ഉരുകുന്ന മനുഷ്യൻ' വമ്പിച്ച വിജയമായിരുന്നു. കുട്ടികളെ ഏറ്റവുമധികം ആകർഷിച്ചതും അതുതന്നെ.

ഉത്സവപ്പറമ്പിൽ ദിവസങ്ങളോളം 'ഉരുകുന്ന മനുഷ്യ' നായി നിന്നത് നമ്മുടെ കുട്ടാപ്പുവല്ലാതെ മറ്റാരുമായിരുന്നില്ല.

ഒൻപത്

കുട്ടാപ്പുവിന്റെ കൈയിൽ ഒരു പൂമാല. കൊടുത്തത് ലക്ഷ്മിക്കുട്ടി. കുറച്ചുനാളത്തേക്ക് സ്കൂളിലെ സംസാരവിഷയം അതായിത്തീർന്നു.

ലക്ഷ്മിക്കുട്ടി സ്ഥലത്തെ കരാറുകാരന്റെ മകളാണ്. സമ്പന്ന കുടുംബത്തിലെ അംഗം. പഠിക്കാൻ വളരെ മോശമാണ്. മുമ്പ് നഗരത്തിൽ മാന്യന്മാരുടെ കുട്ടികൾ പഠിക്കുന്ന വിദ്യാലയത്തിലായിരുന്നു. ടി സി വാങ്ങി പൊയ്ക്കൊള്ളാം എന്ന വ്യവസ്ഥയിൽ അവിടനിന്നു പാസാക്കി വിട്ടതാണ്.

'കാരാകോളേജി'ൽ ലക്ഷ്മിക്കുട്ടിക്ക് നല്ല സ്വീകരണം കിട്ടി. അവൾക്ക് നല്ല തന്റേടമുണ്ട്. മറ്റു പെൺകുട്ടികൾ അവളെ തങ്ങളുടെ നേതാവായി അംഗീകരിച്ചു.

യുവജനോത്സവത്തിന്റെ തിരക്കിലാണ് ആ സംഭവമുണ്ടായത്.

ആഴ്ചകളായി കുട്ടികൾ കലോത്സവത്തിന്റെ ലഹരിയിലായിരുന്നു.

പറ്റിയ നാടകത്തിനുവേണ്ടി അവർ പരക്കം പാഞ്ഞു. സ്കൂൾ ലൈബ്രറിയിൽ, വായനശാലയിൽ, പഴയ വിശേഷാൽപ്രതിയിൽ എല്ലാം അവർ നാടകങ്ങൾ തിരഞ്ഞു നടന്നു. ചിലർ അധ്യാപകരെ പിന്നാലെ നടന്ന് ബുദ്ധിമുട്ടിച്ചു.

നാടകത്തിന് പരക്കെ ദൗർലഭ്യം. പ്രാദേശിക നാടകമെഴുത്തുകാർ രംഗത്തു വരുന്നത് അപ്പോഴായിരിക്കും. അത്യന്താധുനിക നാടകങ്ങളേ അവർ എഴുതൂ. അവരത് കുട്ടികളെക്കൊണ്ട് അഭിനയിപ്പിക്കാൻ ശ്രമിക്കും.

ഒന്നും കിട്ടാതെ വരുമ്പോൾ കുട്ടികൾതന്നെ നാടകമെഴുതിയുണ്ടാക്കാറുണ്ട്.

"എല്ലാം ഒരേ നിലവാരമാണ്." നാടകത്തിന്റെ സ്ക്രിപ്റ്റ് പരിശോ

ധിച്ച് അധ്യാപകർ അഭിപ്രായപ്പെടും.

ഉച്ചകഴിയുന്നതോടുകൂടി വിദ്യാലയം റിഹേഴ്സലിന്റെ പിടിയിൽ അമരും.

റെഡ്, യെല്ലോ, ബ്ളൂ, ഗ്രീൻ എന്നിങ്ങനെ നാല് ഹൗസായിട്ടാണ് മത്സരങ്ങൾ നടക്കുന്നത്. കുട്ടാപ്പുവും ലക്ഷ്മിക്കുട്ടിയും ഒരേ ഹൗസിലാണു വരുന്നത്– യെല്ലോ ഹൗസിൽ.

ഒരുസ്ഥലത്ത് നാടകത്തിന്റെ റിഹേഴ്സലാണ്. മറ്റൊരിടത്ത് ഡാൻസ്. വേറൊരു സ്ഥലത്ത് ഒപ്പന. കൂടാതെ കൈകൊട്ടിക്കളിയും മോണോ ആക്ടും മിമിക്രിയും എല്ലാമുണ്ട്. നല്ലൊരു കലാമേളതന്നെ.

ആൺകുട്ടികൾക്കും പെൺകുട്ടികൾക്കും റിഹേഴ്സലിന് പ്രത്യേകം സ്ഥലമുണ്ട്. എന്നാലും പെൺകുട്ടികളുടെ റിഹേഴ്സൽ നടക്കുന്ന സ്ഥലത്ത് പാത്തും പതുങ്ങിയും പലപ്പോഴും ആൺകുട്ടികളെ കാണാം; ചിലപ്പോൾ മറിച്ചും.

രണ്ടുദിവസമായിട്ടാണ് യുവജനോത്സവം കൊണ്ടാടിയത്.

വാളണ്ടിയർമാർ തിരക്കിട്ട് ഓടിനടന്നു. കുട്ടാപ്പുവാണ് അവരുടെ ക്യാപ്റ്റൻ. ബെഞ്ചു പിടിക്കലും സ്റ്റേജ്കെട്ടലും ലൈറ്റ് പിടിപ്പിക്കലും എല്ലാം അവരുടെ ജോലിയാണ്.

ഓരോ ഹൗസിൽപ്പെട്ടവരും തങ്ങൾ അവതരിപ്പിക്കുന്ന നാടകത്തിന്റെ പേര്, രചന, സംവിധാനം എന്നീ വിവരങ്ങൾ ബോർഡിൽ ബഹുവർണത്തിൽ എഴുതി പ്രദർശിപ്പിച്ചു. കൂടെ അൽപ്പം ചിത്രവേലയും.

കുട്ടാപ്പുവും കൂട്ടുകാരും ചേർന്നാണ് യെല്ലോഹൗസിന്റെ നാടകം അവതരിപ്പിക്കുന്നത്. മുള്ളൻപന്നിയും നീർക്കോലിയുമെല്ലാം അതിൽ അണിനിരക്കുന്നു. ഹൗസ് മാറിയതുകൊണ്ട് മഞ്ഞത്തവള അവരുടെ കൂടെയില്ല. അവൻ ബ്ലൂ ഹൗസിലാണ്. താൻ ഒറ്റപ്പെട്ടുപോയതിൽ അവനു പ്രയാസമുണ്ട്.

ലക്ഷ്മിക്കുട്ടിയില്ലാത്ത മത്സരമില്ല. ഒപ്പനയായാലും കൈകൊട്ടിക്കളിയായാലും സംഘനൃത്തമായാലും അവളുണ്ട്. യെല്ലോ ഹൗസിന് കൂടുതൽ നേട്ടമുണ്ടാക്കിക്കൊടുത്തതും അവൾതന്നെ.

ആദ്യത്തേത് കൊച്ചുകുട്ടികളുടെ നാടകമായിരുന്നു; *അലറുന്ന സിംഹം*. കഥാപാത്രങ്ങളെല്ലാം മൃഗങ്ങൾ. സിംഹരാജാവ് സിംഹാസനത്തിലിരുന്ന് മൃഗങ്ങളെ ഓരോരുത്തരെയായി വിചാരണ ചെയ്യുകയാണ്. മാൻ, മുയൽ, കുറുക്കൻ, കുരങ്ങൻ–ഇങ്ങനെ ഓരോരുത്തരും പേടിച്ചു വിറച്ചുകൊണ്ട് രംഗത്തെത്തുന്നു. എല്ലാവരും കുറ്റക്കാരാണ്. എല്ലാവർക്കും സിംഹം തടവുശിക്ഷ വിധിക്കുന്നു. അവസാനമെത്തുന്നത് ഒരു മനുഷ്യനാണ്. മനുഷ്യനെയും സിംഹം തടവറയിലിടുന്നു. അവൻ കാവൽക്കാരനെ സ്വാധീനിച്ച് തടവുപുള്ളികളെ മോചിപ്പിക്കുന്നു. പുറത്തു കടന്നവർ മനുഷ്യന്റെ നേതൃത്വത്തിൽ സിംഹത്തിനെതിരെ കലാപമുയർത്തുന്നു. സിംഹം പേടിച്ച് ജീവനുംകൊണ്ട് ഓടി രക്ഷപ്പെടുകയാണ്. മൃഗങ്ങളാകട്ടെ, മനുഷ്യനെ കാട്ടിലെ രാജാവായി വാഴിക്കുന്നു. അതോ

ടുകൂടി കർട്ടൻ.

അലറുന്ന സിംഹത്തിന് നല്ല കൈയടി കിട്ടി.

അവസാനത്തേത് യെല്ലോ ഹൗസിന്റെ നാടകമായിരുന്നു–

നിഴലില്ലാത്ത മനുഷ്യൻ. അതിലെ നായകനായി അഭിനയിച്ചത് കുട്ടാപ്പുവാണ്. നല്ല തന്മയത്വത്തോടുകൂടിയ അഭിനയം. ഒരു സാധാരണ

കുടുംബകഥയാണ്. എന്നിട്ടുപോലും കാണികൾ അവസാനം വരെ വീർപ്പടക്കിപ്പിടിച്ചിരുന്നു.

നിഴലില്ലാത്ത മനുഷ്യൻ ഏറ്റവും നല്ല നാടകമായി തിരഞ്ഞെടുക്കപ്പെട്ടു; അതിൽ നായകനായി അഭിനയിച്ച കുട്ടാപ്പു ഏറ്റവും നല്ല നടനും.

പിറ്റേന്ന് സ്കൂളിലെത്തിയ ഉടനെ ലക്ഷ്മിക്കുട്ടി ഒരു പൂമാലയുമായി കുട്ടാപ്പുവിന്റെ അടുത്തെത്തി.

"എന്റെ സമ്മാനമാണ്." അവൾ ചിരിച്ചുകൊണ്ടു പറഞ്ഞു.

കുട്ടാപ്പു മാല വാങ്ങി. അന്നു മുഴുവനും അവനതു കൈയിൽ ചുറ്റി നടന്നു.

പിന്നീടാണ് അതൊരു പ്രശ്നമായിത്തീർന്നത്.

"അറിഞ്ഞോ? കുട്ടാപ്പുവിന് മാല കൊടുത്തു."

"ആര്?"

'നമ്മുടെ ലക്ഷ്മിക്കുട്ടി."

"അയ്യെ, ഇനി അവളുടെകൂടെ ഞാനില്ല."

പെൺകുട്ടികൾ കൂടിനിന്നു സംസാരിച്ചു.

ലക്ഷ്മിക്കുട്ടി അടുത്തെത്തുമ്പോൾ അവർ ഒഴിഞ്ഞുമാറി. ബെഞ്ചിൽ അടുത്തിരിക്കുന്നവർ നീങ്ങിയിരുന്നു.

"ആരു വാങ്ങുമി,ന്നാരു വാങ്ങുമീ
യാരാമത്തിന്റെ രോമാഞ്ചം."

ആൺകുട്ടികൾ അവളെ കാണുമ്പോൾ നീട്ടിപ്പാടി.

കുട്ടാപ്പുവും ലക്ഷ്മിക്കുട്ടിയും വളരെ നേരത്തെ സ്കൂളിലെത്താറുണ്ടെന്നുള്ള ഒരു വാർത്തയും അതിനിടെ പരന്നു.

ആയിടയ്ക്ക് ഒരു ദിവസം ലക്ഷ്മിക്കുട്ടിയുടെ അച്ഛൻ സ്കൂളിൽ വന്നു. അവളുടെ പഠിത്തം അതോടുകൂടി അവസാനിച്ചുവെന്നാണ് പലരും കരുതിയത്. പക്ഷേ, ഒന്നും സംഭവിച്ചില്ല. അയാൾ ഹെഡ്മാസ്റ്ററെക്കണ്ട് സംസാരിച്ചശേഷം തിരിച്ചുപോയി. ലക്ഷ്മിക്കുട്ടി പതിവുപോലെ ക്ലാസിൽ ഹാജരാവുകയും ചെയ്തു.

പ്രതിക്കൂട്ടിലായത് കുട്ടാപ്പുവാണ്.

കൂട്ടുകാരുടെ ലോഹ്യം കുറഞ്ഞു. ക്ലാസെടുക്കുന്നവർ പലരും അവനെ കുത്തിവേദനിപ്പിച്ചു.

കുട്ടാപ്പു അടുത്തുകൂടി നടന്നുപോയാൽ പെൺകുട്ടികൾ ആക്ഷേപവുമായി ഹെഡ്മാസ്റ്ററുടെ അടുത്തെത്തും; "സേർ, കുട്ടാപ്പു ഞങ്ങളെ തുറിച്ചുനോക്കുന്നു."

അവനെ വരാന്തയിൽക്കണ്ടാൽ അവർ പരിഭ്രമിച്ച് അകത്തുകയറും.

"കുട്ടാപ്പു വരുന്നു." എങ്ങും ഭീതി.

അവൻ അമ്പരന്നു.

മുല്ലപ്പൂവിന്റെ സുഗന്ധം അവന്റെ മനസിൽ നിറഞ്ഞുനിന്നു. അവനാകെ അസ്വസ്ഥനായി.

സന്ധ്യമയങ്ങിയ നേരം. വിജനമായ നിരത്ത്. കുട്ടാപ്പു തനിച്ചു

നടന്നു. എങ്ങോട്ടെന്നു വ്യക്തമല്ല. മുല്ലപ്പൂവിന്റെ സുഗന്ധം അവനെ മത്തുപിടിപ്പിച്ചു.

വിശാലമായ തെങ്ങിൻതോപ്പ്. അതിൽ തലയുയർത്തി നിൽക്കുന്ന മനോഹരമായ ഇരുനിലക്കെട്ടിടം. ചുറ്റുമതിൽ. പുറത്ത് ഇരുമ്പു ഗെയ്റ്റ്.

കുട്ടാപ്പു അടിവെച്ചടിവെച്ചാണ് നടക്കുന്നത്. കാലുകൾ മുൻപോട്ടു നീങ്ങാൻ കൂട്ടാക്കുന്നില്ല. അവൻ മതിൽ മറഞ്ഞുനിന്നു. ശ്വാസം ദ്രുതഗതിയിലായി.

മുറിയിൽ കർട്ടനു പിന്നിൽ നിഴലുകൾ നീങ്ങുന്നു.

ലക്ഷ്മിക്കുട്ടി എന്തു ചെയ്യുകയായിരിക്കും? ആ ചിന്ത അവന്റെ മനസിൽ മധുരം പുരട്ടി.

ഇടിവെട്ടുന്നപോലെ അൾസേഷ്യൻ നായയുടെ കുര. അതോടുകൂടി ചാറ്റൽമഴ ആരംഭിച്ചു. അത് പൂ വർഷമായേ കുട്ടാപ്പുവിന് തോന്നിയുള്ളൂ.

നനഞ്ഞു കുതിർന്നു വീട്ടിലെത്തിയ അവനെക്കണ്ടപ്പോൾ അമ്മ പറഞ്ഞു; "മഴ നനഞ്ഞ് പനിപിടിപ്പിച്ചോ."

ഒരൊഴിവുദിവസം കുട്ടാപ്പു നിരത്തുവക്കത്തെ മാഞ്ചുവട്ടിൽ ഇരിക്കുകയായിരുന്നു. അവന്റെ ഷർട്ടും മുണ്ടുമെല്ലാം കഴുകി ഉണക്കാനിട്ടിരിക്കയാണ്. കീറിയ ഒരു പഴയ മുണ്ട് മടക്കിയുടുത്ത് വലിയ ജാള്യത്തിലാണ് അവൻ ഇരിക്കുന്നത്.

"ഇപ്പം വരാം കേട്ടോ." പീടികയിലേക്ക് എന്തോ സാധനം വാങ്ങാൻ പോകുന്ന കുട്ടി അവനോടു പറഞ്ഞു.

മുകളിൽനിന്ന് ചെറിയ ചുള്ളിക്കമ്പുകൾ വീണുകൊണ്ടിരുന്നു. കുട്ടാപ്പു മേലോട്ടു നോക്കി. ഒരു അണ്ണാനാണ്. അവൻ ഒരു ഉണക്കക്കമ്പു കടിച്ചുപൊളിക്കാനുള്ള തിരക്കിലാണ്.

കുട്ടാപ്പു അണ്ണാനെത്തന്നെ നോക്കിയിരുന്നു.

അപ്പോഴാണ് ഒരുകൂട്ടം വിരുന്നുകാർ അതിലെ വന്നത്. എല്ലാം സ്ത്രീകളാണ്. ഒരു മഴവില്ല് നടന്നുവരുന്നതുപോലെയാണ് കുട്ടാപ്പുവിന് തോന്നിയത്.

അവൻ അലസമായി അവരെ നോക്കി.

വീണ്ടുമൊന്നു നോക്കിയപ്പോൾ ഉള്ളു പിടഞ്ഞു– ലക്ഷ്മിക്കുട്ടി!

അവൾ തന്നെ കണ്ടുവോ? അല്ല ചിരിച്ചുവോ?

കുട്ടാപ്പു പെട്ടെന്നെഴുന്നേറ്റ് മാവുമറഞ്ഞു നിന്നു.

മഴവില്ല് അകന്നുപോയി.

മാവിൻചുവട്ടിൽ മറ്റൊരു മരമായി കുട്ടാപ്പു അവിടെത്തന്നെ നിന്നു.

പത്ത്

മത്തായിമാസ്റ്റർ നാട്ടുമ്പുറത്തുകാരനാണ്. നഗരത്തിലെ വിദ്യാലയത്തിൽ ജോലി ചെയ്യണമെന്നത് മനസിലെ വലിയൊരു മോഹമായിരുന്നു. അതുകൊണ്ടാണ് പലരുടെയും കാലുപിടിച്ച് നഗരത്തിലേക്ക് ഒരു ട്രാൻസ്ഫർ ശരിപ്പെടുത്തിയത്.

'കാരാകോളേജിനെ' പ്പറ്റി മത്തായിമാസ്റ്റർക്ക് കേട്ടുകേൾവിമാത്രമേയുള്ളൂ. അവിടെക്കാണ് മാറ്റമെന്നറിഞ്ഞപ്പോൾ സഹപ്രവർത്തകർ പലരും സഹതാപത്തോടെ പറഞ്ഞു; "വിഷമമായിരിക്കും."

കേൾക്കുന്നതെല്ലാം ശരിയായിക്കൊള്ളണമെന്നില്ല–മാസ്റ്റർ ആശ്വസിച്ചു. ദൂരെക്കാണുന്ന മഞ്ഞ് അടുത്തെത്തുമ്പോൾ അനുഭവപ്പെടാറില്ലല്ലോ. ഒന്നുമില്ലെങ്കിലും പട്ടണമല്ലേ? അതിന്റെ ആകർഷകത്വം മത്തായിമാസ്റ്ററെ മാടിവിളിച്ചു.

പുതിയ സ്കൂളിൽ കയറിച്ചെല്ലുന്നത് അൽപ്പം ഗമയിൽത്തന്നെയാകട്ടെ എന്ന് മാസ്റ്റർ വിചാരിച്ചു. പുതുതായി തുന്നിച്ച പാന്റും ഷർട്ടും ധരിച്ചു. കൂളിങ് ഗ്ലാസ്വെച്ചു. കറുത്ത ചില്ലിലൂടെ നോക്കിയപ്പോൾ ഉച്ചവെയിലും നിലാവായി അനുഭവപ്പെട്ടു.

കുട്ടികൾ ആഗതനെ വളരെ സൂക്ഷിച്ചുനോക്കി വിലയിരുത്തി. പുതുതായി വന്ന അധ്യാപകനാണെന്നറിഞ്ഞപ്പോൾ അവർ അവിടെ നിന്ന് പിൻവാങ്ങി.

പക്ഷേ, അപ്പോഴേക്കും മത്തായിമാസ്റ്റർക്ക് അവർ പേരിട്ടു കഴിഞ്ഞിരുന്നു. 'കണ്ണട'.

മത്തായിമാസ്റ്റർ ക്ലാസിൽ പോയത് പിറ്റേന്നാണ്. മാസ്റ്റർ ക്ലാസിലെത്തിയപ്പോൾത്തന്നെ കുട്ടികൾ ഊറിച്ചിരിക്കുന്നുണ്ടായിരുന്നു. അതിന്റെ കാരണം പിടികിട്ടാൻ അൽപ്പം സമയമെടുത്തു.

പിൻബെഞ്ചിൽ ഒരു ആജാനുബാഹു നിവർന്നിരിക്കുന്നു. മുഖത്ത്

കണ്ണട. സാധാരണ കണ്ണടയല്ല. ഈർക്കിൽക്കണ്ണട. അതുംവെച്ച് യാതൊരു ഭാവഭേദവുമില്ലാതെ അവൻ നോക്കിയിരിക്കുകയാണ്. മറ്റുള്ളവർ അവനെ മാറിമാറി നോക്കി ചിരിയൊതുക്കാൻ പാടുപെടുന്നു.

മാസ്റ്റർ ഈർക്കിൽക്കണ്ണടക്കാരനോട് എഴുന്നേറ്റു നിൽക്കാൻ പറഞ്ഞു. അവൻ ഡസ്ക് മുൻപോട്ടു നീക്കിയിട്ട് എഴുന്നേറ്റു നിന്നു.

“പേര്?”

“കുട്ടാപ്പു.”

മാസ്റ്റർ അവനെ അടിമുടിയൊന്നു നോക്കി.

“പകൽ കാഴ്ച കുറവാണ് , അല്ലേ?”

"അതെ, സേർ."
"രാത്രിയിലോ?"
"രാത്രി നല്ല കാഴ്ചയുണ്ട്."
ക്ലാസ് ഇളകിച്ചിരിച്ചു.
"അതുകൊണ്ടാണ് സേർ, അവൻ ഈർക്കിൽക്കണ്ണട ധരിക്കുന്നത്." ഒരുവൻ വിശദീകരണം നൽകി. മാസ്റ്റർ അവനെയും എഴുന്നേൽപ്പിച്ചു നിറുത്തി.
"എവിടെ, കണ്ണട നോക്കട്ടെ?" മാസ്റ്റർ കണ്ണട വാങ്ങി പരിശോധിച്ചു.
"ഇത് ഏതു കമ്പനിയുടേതാണ്?"
"കുട്ടാപ്പു ആന്റ് സൺസ്."
ആ മറുപടി കേട്ടതോടുകൂടി കണ്ണട മാസ്റ്ററുടെ കൈയിൽക്കിടന്നു ഞെരുങ്ങാൻ തുടങ്ങി.
"അത് നശിപ്പിക്കരുത് സേർ."മത്തായിമാസ്റ്റർ പല്ലുകടിക്കുകയും നെറ്റി ചുളിക്കുകയും ചെയ്തു. വളയങ്ങൾ ചതുരങ്ങളായി. ചതുരങ്ങൾ കഷണങ്ങളായി. കണ്ണടയുടെ ഒരു കാൽ നിലത്തു മുറിഞ്ഞു വീണു.
"ഈർക്കിൽക്കണ്ണടയുമായി ഇനി ക്ലാസിൽ കണ്ടുപോകരുത്."
കുട്ടാപ്പു മറുപടി പറഞ്ഞില്ല. അവൻ നിലത്തു വീണ ഈർക്കിൽക്കണ്ണടയുടെ കാൽ കുനിഞ്ഞെടുത്തു.
ബെല്ലടിച്ചപ്പോൾ 'കണ്ണട, കണ്ണടാ' വിളി വളരെനേരം ക്ലാസ് മുറിയിൽനിന്ന് ഉയർന്നു കേട്ടു.
അടുത്ത ദിവസം ക്ലാസ്മുറിയിലെത്തിയപ്പോൾ അത്യന്തം രസകരമായ ഒരു കാഴ്ചയാണ് മത്തായിമാസ്റ്ററെ എതിരേറ്റത്. ആദ്യം വിശ്വസിക്കാൻ പ്രയാസം തോന്നി. കാണുന്നത് യാഥാർത്ഥ്യം തന്നെയെന്ന് ബോധ്യപ്പെടാൻ കുറച്ചു സമയമെടുത്തു.
ക്ലാസിലെ എല്ലാ കുട്ടികളും ഈർക്കിൽക്കണ്ണട വെച്ചിരിക്കുന്നു!
മാസ്റ്റർ കുട്ടികളെ മാറിമാറി നോക്കി. എല്ലാവരും ഒരേ ഭാവത്തിൽ അങ്ങനെ ഇരിക്കുകയാണ്. അടുത്ത ക്ലാസ്സിൽനിന്ന് ചിലർ കൗതുകത്തോടെ വന്ന് എത്തിനോക്കി.
ക്ലാസിൽനിന്ന് ഇറങ്ങിപ്പോയാലോ? ഉടൻതന്നെ മാസ്റ്റർ അതു വേണ്ടെന്നുവെച്ചു. എന്നിട്ട് കുട്ടാപ്പുവിന്റെ നേരെ തിരിഞ്ഞു;
"കുട്ടാപ്പു ഇവിടെ വരൂ."
അവൻ എഴുന്നേറ്റു ചെന്നു.
"ഇന്നലെ ഞാനെന്താണ് പറഞ്ഞത്".
കുട്ടാപ്പു മൗനം.
"കുട്ടാപ്പുവിന് അച്ഛനില്ലേ?'
"ഉണ്ട്."
"എന്താണ് ജോലി?"
"കള്ളുകുടി."
പിഞ്ഞാണക്കോപ്പ വീണുടയുന്നതുപോലെ ക്ലാസിൽ പൊട്ടിച്ചിരി. മത്തായിമാസ്റ്റർ നിന്നു വിയർത്തു.

"പുസ്തകമെടുത്ത് പുറത്ത് കടക്ക്."

കുട്ടാപ്പു സംശയിച്ചുനിന്നു.

"ങും?"

"പുസ്തകമെടുക്കണോ? പുറത്തുപോയാൽപ്പോരെ, സേർ?"

ക്ലാസിൽ വീണ്ടും ചിരി.

"കുട്ടാപ്പുവിന് എടുക്കാൻ പുസ്തകമൊന്നുമില്ല സേർ." പിന്നിൽ നിന്ന് ആരോ വിളിച്ചുപറഞ്ഞു.

അവന്റെ തലയ്ക്കൊരു ചൊട്ടുകൊടുത്ത് കുട്ടാപ്പു പുറത്തേക്കു നടന്നു.

ബഹളം കേട്ട് ഹെഡ്മാസ്റ്റർ ക്ലാസ്മുറിയുടെ വാതിൽക്കൽ എത്തിയിരുന്നു. ക്ലാസിലെ വിചിത്രമായ കാഴ്ച കണ്ട് അദ്ദേഹം അമ്പരന്നു.

നാൽപ്പത് ഈർക്കിൽക്കണ്ണടയുമായാണ് ഹെഡ്മാസ്റ്റർ അവിടെ നിന്നു പോയത്. കൂടെ കുട്ടാപ്പുവുമുണ്ടായിരുന്നു.

കുട്ടാപ്പുവിനെ ക്ലാസിൽനിന്ന് പുറത്താക്കിയിരിക്കുന്നു-വാർത്ത കാട്ടുതീപോലെ പരന്നു.

അവൻ മത്തായിമാസ്റ്ററോട് അപമര്യാദയായി പെരുമാറി. രക്ഷിതാവിനെ കൂട്ടിക്കൊണ്ടുവന്നേ ഇനി അവനെ ക്ലാസിൽ കയറ്റുകയുള്ളൂ വത്രേ!

പക്ഷേ, പിറ്റേന്നും കുട്ടാപ്പു സ്കൂളിൽ വന്നു. അവന്റെ കൂടെ രക്ഷിതാവാരും ഉണ്ടായിരുന്നില്ല. അവൻ ക്ലാസിൽ കയറി സ്വന്തം സീറ്റിൽ കുറച്ചുസമയം ഇരുന്നു. പുറമെ കുട്ടികൾ തടിച്ചുകൂടി.

ബെല്ലടിച്ച ശബ്ദം കേട്ട ഉടനെ അവൻ ക്ലാസിൽനിന്ന് പുറത്തിറങ്ങി. മൈതാനത്തിലൂടെ വെറുതെ ചുറ്റിനടന്നു. ഒടുവിൽ പുളിമരച്ചോട്ടിൽ ചെന്നിരുന്നു.

മറ്റാരുമില്ലാത്ത തക്കം നോക്കി കുട്ടാപ്പു മത്തായിമാസ്റ്ററുടെ അടുത്തെത്തി.

"സേർ, ഞാനൊരു തമാശയ്ക്കു ചെയ്താണ്. എനിക്കു മാപ്പു തരണം." അവൻ വണക്കത്തോടെ പറഞ്ഞു.

അവന്റെ കണ്ണിൽ നോക്കിയപ്പോൾ എന്തു പറയണമെന്നറിയാതെ മാസ്റ്റർ വിഷമിച്ചു.

"എനിക്ക് കുട്ടാപ്പുവിനോട് യാതൊരു വിരോധവുമില്ല."

അതു കേട്ടപാടെ, നന്ദി പറഞ്ഞുകൊണ്ട് കുട്ടാപ്പു അവിടെ നിന്നു പോയി.

ഹെഡ്മാസ്റ്റർ അവനെ വിളിപ്പിച്ചു.

"അച്ഛനെ കൂട്ടിക്കൊണ്ടുവന്നോ?"

"ഇല്ല"

"ങും?"

"അച്ഛൻ വരില്ല."

"അതെന്താ?"

കുട്ടാപ്പു ഉത്തരം പറയാതെ ദൂരെ കണ്ണുനട്ടു നിന്നതേയുള്ളു.

മുള്ളൻപന്നിയും മഞ്ഞത്തവളയും നീർക്കോലിയും അവനു ചുറ്റും കൂടി.

നേതാക്കന്മാർ കൂടിയാലോചിച്ചു.

അവർ ഹെഡ്മാസ്റ്ററെ സമീപിച്ചു പറഞ്ഞു: "സേർ, ഇത്തവണ കുട്ടാപ്പുവിന് മാപ്പു കൊടുക്കണം. ഇനി ഇങ്ങനെയൊന്നും സംഭവിക്കില്ല."

"കുട്ടാപ്പുവിന്റെ അച്ഛൻ വരട്ടെ." ഹെഡ്മാസ്റ്റർ ഉറപ്പിച്ചു പറഞ്ഞു.

"പുറത്താക്കിയ കുട്ടാപ്പുവിനെ ക്ലാസിൽ കയറ്റണം." പിറ്റേന്ന് വരാന്തയിൽ ബോർഡ് തെളിഞ്ഞു. വിദ്യാർഥികളുടെ സംയുക്തസമിതിയുടെ ആവശ്യമാണ്.

അന്ന് ആകെയൊരു അസ്വാസ്ഥ്യം. സമരത്തിന്റെ പുകപൊങ്ങുകയാണോ?

മുദ്രാവാക്യം വിളികളും പ്രകടനവുമായി കുട്ടികൾ സ്കൂളിൽ ചുറ്റി നടന്നു. 'വിദ്യാർഥൈ്യക്യം സിന്ദാബാദ്, 'വിദ്യാർഥിക്കൊരു പ്രശ്നംവന്നാൽ...' തുടങ്ങിയ മുദ്രാവാക്യങ്ങൾ അവിടെ ഉയർന്നു.

ഹെഡ്മാസ്റ്റർ അതിനിടെ കുട്ടാപ്പുവിന്റെ അച്ഛനെ ആളയച്ചു വരുത്തി.

കുട്ടികൾ വലിയൊരു അകമ്പടിയോടെയാണ് അയാളെ ഹെഡ്മാസ്ടറുടെ അടുത്തേക്ക് ആനയിച്ചത്.

ചാരായത്തിന്റെ മണം അപ്പോഴും വിട്ടുമാറിയിരുന്നില്ല.

അയാൾ ഒരു വിഡ്ഢിയെപ്പോലെ തൊഴുതു പല്ലിളിച്ചു.

'കുട്ടാപ്പുവിന്റെ അച്ഛനാണ്, അല്ലേ?"

"ങാ, അതെ...കുട്ടാപ്പുവിന്റെ കാര്യം അസലായിട്ടുണ്ട്."

"എന്താണങ്ങനെ പറയുന്നത്?"

"കുട്ടാപ്പൂനെ ഇനി ക്ലാസില് കേറ്റ്വേ വേണ്ട. എന്തു കടലാസിലാ വേണ്ടതെങ്കില് ഈ ഞാൻ ഒപ്പിട്ടുതരാം, പോരേ?"

'പോരേ' എന്നു പറഞ്ഞപ്പോൾ ചാരായത്തിന്റെ മണം പരന്നൊഴുകി.

ഹെഡ്മാസ്റ്റർ അക്ഷമനായി.

"നിങ്ങൾക്കു പോകാം."

"ങേ?" അയാൾ പോകാൻ മടിച്ചു. "വിളിച്ചുവരുത്തിയ നിലയ്ക്ക് ചായകുടിക്കാൻ എന്തെങ്കിലും..."

"ചായതന്നെയാണോ കുടിക്കേണ്ടത്?"

അപ്പോൾ അയാൾ വിഡ്ഢിയെപ്പോലെ വീണ്ടും ചിരിച്ചു. എന്നിട്ട് കൈനീട്ടി.

പ്യൂൺ വന്ന് രക്ഷിതാവിനെ ഗെയ്റ്റ് കടത്തിവിട്ടു.

ഒടുവിൽ മാധവിയമ്മ വന്നശേഷമാണ് പ്രശ്നം തീർന്നത്.

അവർ കുറെ കരഞ്ഞു. കരഞ്ഞുകൊണ്ട് ഏറെ പറഞ്ഞു.

"ആകെയുള്ള തണലാണ്." മാധവിയമ്മ നെടുവീർപ്പിട്ടു.

"കുട്ടാപ്പു എല്ലാം കേൾക്കുന്നില്ലേ?" ഹെഡ്മാസ്റ്റർ ചോദിച്ചു.

കുട്ടാപ്പു തലയാട്ടി.

അവൻ സ്വന്തം നിഴലിലേക്കു തുറിച്ചുനോക്കി.

പതിനൊന്ന്

"അമ്മേ, അമ്മേ..." കുട്ടാപ്പു ഉച്ചത്തിൽ വിളിച്ചു. ഉച്ചത്തിലുള്ള വിളി പതിവില്ലാത്തതാണ്. മാധവിയമ്മ അടുക്കളയിലെ ജോലി നിറുത്തിവെച്ച് മകന്റെ അടുത്തു ചെന്നു.

"നീയെന്നെ വിളിച്ചോ?"

"ഞാ, വിളിച്ചു." വാക്കുകളിൽ അമർഷം. കുട്ടാപ്പു കലിതുള്ളി നിൽക്കുകയാണ്. അവന്റെ മുഖത്തു നോക്കാൻ അമ്മയ്ക്കു ഭയം തോന്നി.

"എനിക്കൊരു ഷർട്ടു വാങ്ങണം." വാക്കുകൾ ഇടിവെട്ടുന്ന പോലെ അടർന്നുവീണു.

മാധവിയമ്മ തരിച്ചുനിന്നതേയുള്ളു. അവൻ പറയുന്നത് ശരിയാണ്. എത്ര കാലമാണ് നരച്ചതും കീറിയതും ഇട്ടു നടക്കുക! മുതിർന്നൊരു ചെറുപ്പക്കാരനല്ലേ? പക്ഷേ ഷർട്ടു വാങ്ങാൻ പണമെവിടെ? കഴിഞ്ഞാഴ്ച മൂന്നുദിവസം കമ്പനിയിൽ പണിയുണ്ടായിരുന്നില്ല.

"എന്റെ കൈയിൽ ഇപ്പം എവിടുന്നാ കുട്ടാപ്പൂ പണം?" അമ്മ നിസ്സഹായതയോടെ മകനെ നോക്കി. കഴിഞ്ഞാഴ്ച റേഷൻ വാങ്ങിയത് അയൽക്കാരോട് കടം വാങ്ങിയാണ്. അതിനിയും തിരിച്ചുകൊടുത്തിട്ടില്ല."

കുട്ടാപ്പു തണുക്കുന്ന മട്ടേയില്ല.

"സ്കൂളിൽ വന്നപ്പം അവിടെ കുട്ടികളെ കണ്ടില്ലേ? അവരുടെ വേഷം കണ്ടില്ലേ? എല്ലാവർക്കും അച്ഛനും അമ്മയും ഉണ്ട്. എനിക്കുമുണ്ട് ഒരച്ഛനും അമ്മയും."

മാധവിയമ്മ വളരെനേരം അടുക്കളയിലിരുന്ന് ഏങ്ങലടിച്ചു കരഞ്ഞു.

കരഞ്ഞപ്പോൾ മനസ്സ് ശാന്തമായി. മനസിൽ നേർത്ത തെളിച്ചം.

അവർ കുട്ടാപ്പുവിനോടു പറഞ്ഞു: "നീയാ അവറാൻ കോയയോട്

വരാൻ പറ. നമുക്ക് ആട്ടിൻകുട്ടിയെ വിൽക്കാം."

അവറാൻകോയ അറവുകാരനാണ്. മാധവിയമ്മയ്ക്ക് ആട്ടിൻകുട്ടിയെ സമ്മാനിച്ചതും അയാൾതന്നെ.

ഒരുദിവസം വയൽവരമ്പിലൂടെ അയാൾ ഒരു തള്ളയാടിനെ വലിച്ചിഴച്ചു കൊണ്ടുപോകുന്നു. കൂടെ കരഞ്ഞുകൊണ്ട് അതിന്റെ കുട്ടിയും. നല്ല ഓമനത്തമുള്ള ഒരാട്ടിൻകുട്ടി.

മാധവിയമ്മയെ കണ്ടപ്പോൾ അയാൾ പറഞ്ഞു: "മാധവ്യേ, ഈ കുട്ടീനെ നീയെടുത്തോ, കായ് പിന്നെ മതി നല്ല ബൗസുള്ള ആട്ടിൻകുട്ട്യാ."

അങ്ങനെയാണ് മാധവിയമ്മ ആട്ടിൻകുട്ടിയെ പോറ്റാനിടയായത്. അതിന്റെ വില കൊടുത്തതാകട്ടെ. പലപ്പോഴുമായും. അടുത്തകാലം വരെയും അവറാൻകോയ അതിനായി വരാറുണ്ടായിരുന്നു.

വന്നാൽ അയാൾ ആട്ടിൻകുട്ടിയെ തൊട്ടുതലോടും. അതിനു പുല്ലു പറിച്ചുകൊടുക്കും. അതിനോട് ക്ഷേമാന്വേഷണങ്ങൾ നടത്തും.

അറവുകാരനാണെങ്കിലും ആടിനോട് അയാൾക്കു വലിയ വാത്സല്യമാണ്.

ആട്ടിൻകുട്ടിയെ കിട്ടിയതിൽ ഏറ്റവുമധികം സന്തോഷിച്ചത് കുട്ടാപ്പുവിന്റെ അനിയനും അനിയത്തിയുമാണ്. ജീവനുള്ള ഒരു കളിപ്പാട്ടം കിട്ടിയ സന്തോഷമായിരുന്നു അവർക്ക്.

അത് ആട്ടിൻകുട്ടിക്കും അറിയാമായിരുന്നുവെന്നു തോന്നി. ആട്ടിൻകുട്ടി അവരുമായി വേഗത്തിൽ ഇണങ്ങി.

ഒന്നുരണ്ടു ദിവസം അമ്മയെ കാണാതെ അതു കരഞ്ഞിരുന്നു. അപ്പോൾ ബാബുമോൻ അതിന്റെ മുമ്പിൽനിന്ന് 'ബ് എ ഏ....' എന്നു ശബ്ദിക്കും. തന്നെ കളിയാക്കുന്നോ എന്ന മട്ടിൽ ആട്ടിൻകുട്ടി അവനെയൊന്നു നോക്കും. പിന്നെ മിണ്ടുകയില്ല.

നല്ലവെളുത്ത നിറം. പുറത്തും ചെവിയിലും തവിട്ടു കലർന്ന നിറമാണ്. മുൻകാലിലും കഴുത്തിലും കറുത്ത ചായം തട്ടിമറിഞ്ഞതുപോലുള്ള പാടുകൾ.

കുട്ടികൾ ആട്ടിൻകുട്ടിക്ക് 'കല്യാണി' എന്നു പേരിട്ടു.

തളിരിലകൾ പറിച്ചുനീട്ടി 'കല്യാണീ' എന്നു വിളിച്ചാൽ അവൾ ഓടിയെത്തും. ഇലകൾ കടിക്കുകയും ചവയ്ക്കുകയും ചെയ്യുന്ന ഒച്ച ബാബുമോനെ രസിപ്പിക്കും. അവൻ അതുപോലെ ചവച്ചു ശബ്ദമുണ്ടാക്കും.

കനകം അതിന്റെ കഴുത്തിൽ ഒരു കിങ്ങിണി കെട്ടി. ആട്ടിൻ കുട്ടിക്ക് എന്തു സന്തോഷമായെന്നോ? അത് മണികിലുക്കിക്കൊണ്ടു നാലുകാലിൽ തുള്ളിയോടി. കിണികിണിശബ്ദവുമായി അത് എങ്ങും പാഞ്ഞു നടന്നു.

സ്കൂൾ വിട്ടു വന്നാൽ കുട്ടികൾ കല്യാണിയുടെ അടുത്ത് ഓടിയെത്തും. അവർ പറിച്ചുകൊടുക്കുന്ന പുല്ലു മാത്രമേ പിന്നീട് അവൾക്കു വേണ്ടൂ. കനകം അതിന്റെ കഴുത്തിൽ കൈയിട്ട് ഓമനിക്കും. ഒരിക്കൽ ആട്ടിൻകുട്ടി അവളുടെ ചെവിയിൽ മെല്ലെയൊന്നു നക്കി. കനകത്തിനു കിക്കിളിയായി.

ബാബുമോനും കല്യാണിയും തമ്മിൽ ചിലപ്പോൾ ഓട്ടപ്പന്തയം നടക്കാറുണ്ട്. അവൻ ഓടുന്നതു കാണുകയേ വേണ്ടൂ, ആട്ടിൻകുട്ടി പിന്നാലെ കുതിച്ചെത്തും.

കല്യാണിക്കു വീട്ടിൽ എല്ലാ സ്വാതന്ത്ര്യവുമുണ്ട്. കോലായിലും അകത്തും അടുക്കളയിലുമെല്ലാം അവൾ കയറിയിറങ്ങും. കുട്ടികൾ അടുക്കളയിലിരുന്നു ഭക്ഷണം കഴിക്കുമ്പോൾ അവൾ വന്ന് അകത്തേക്കു വിസ്തരിച്ചൊന്നു നോക്കും. അൽപ്പം കഞ്ഞിവെള്ളം കിട്ടിയാൽ കല്യാണിക്കു തൃപ്തിയായി.

വൈകുന്നേരം. കുട്ടികൾ ആട്ടിൻകുട്ടിയുടെ കൂടെ കളിക്കുകയാണ്. അപ്പോഴാണ് അവറാൻകോയ കയറിവന്നത്.

അയാൾ ആട്ടിൻകുട്ടിയെ പിടിച്ചു പൊക്കിനോക്കി.

"വാങ്ങിയതിന്റെ ഇരട്ടി കായ് തരാം" അയാൾ നോട്ടുകൾ എണ്ണി മാധവിയമ്മയെ ഏൽപ്പിച്ചു.

മാധവിയമ്മയുടെ കൈ വിറച്ചു.

കല്യാണിയുടെ കഴുത്തിലെ കിങ്ങിണി അഴിച്ചുമാറ്റി. കഴുത്തിൽ നീളം കുറഞ്ഞ കയർ വീണു.

കുട്ടാപ്പു ഒരു മാപ്പുസാക്ഷിയെപ്പോലെ എല്ലാം നോക്കി നിന്നതേയുള്ളൂ.

"ഹും നടക്ക്." കയർ വലിച്ചുകൊണ്ട് അവറാൻകോയ മുൻപോട്ടു നടന്നു.

കല്യാണി അനങ്ങിയില്ല. നാലുകാലിൽ ഊന്നിനിന്ന് അവൾ പിന്നോട്ടു വലിഞ്ഞു. കഴുത്ത് മുറിഞ്ഞുപോകുമോ എന്നു തോന്നി. അപ്പോൾ മടക്കിയ കയർകൊണ്ട് പുറത്ത് അടിവീണു. കല്യാണി ഉറക്കെ കരഞ്ഞു. കണ്ണീരൊലിപ്പിച്ചുകൊണ്ട് അവൾ തിരിഞ്ഞു നോക്കി.

"കല്യാണീനെ കൊണ്ടുപോണ്ടാ..." ബാബുമോൻ നിലവിളിച്ചു.

അഴിച്ചെടുത്ത കിങ്ങിണി കൈയിൽത്തൂക്കി കനകം ഒരേ നിൽപ്പിൽ നിൽക്കുകയാണ്.

നിലത്തു പാതി കടിച്ച പച്ചിലകൾ

കുട്ടികൾ അലമുറയിട്ടു കരഞ്ഞു.

ആട്ടിൻകുട്ടി അകന്നകന്നു പോയിട്ടും അതിന്റെ ശബ്ദം അവിടെ തങ്ങിനിന്നു.

"ഇന്നാ പണം." മാധവിയമ്മ നോട്ടുകൾ കുട്ടാപ്പുവിന്റെ നേർക്കു നീട്ടി.

അവൻ പൈസ കൈയിൽ വാങ്ങി സംശയിച്ചുനിന്നു.

പെട്ടെന്ന് എന്തോ തീരുമാനിച്ചതുപോലെ അവൻ പുറത്തേക്കോടി. നോട്ടുകൾ അവന്റെ കൈയിൽക്കിടന്ന് ചിറകിട്ടടിച്ചു.

അവൻ വരമ്പിലൂടെ കുറുകെ ഓടി. തോട് ചാടിക്കടന്നു. റോഡിലെത്തിയപ്പോൾ കുട്ടാപ്പുവിനു വല്ലാതെ കിതയ്ക്കുന്നുണ്ടായിരുന്നു.

അവറാൻ കോയയെ കാണുന്നില്ല. ആട്ടിൻകുട്ടിയുടെ ശബ്ദം കേൾക്കുന്നില്ല!

അവൻ പരിഭ്രാന്തിയോടെ മുമ്പോട്ടു കുതിച്ചു. റോഡിന്റെ വളവു തിരിഞ്ഞപ്പോൾ ആട്ടിൻകുട്ടിയുടെ കരച്ചിൽ കേട്ടു. അവറാൻകോയ തിരക്കിട്ടു നടക്കുകയാണ്.

കുട്ടാപ്പുവിന്റെ വിളി കേട്ട് അയാൾ തിരിഞ്ഞുനിന്നു.

"ആട്ടിൻകുട്ടിയെ തിരിച്ചുതരണം. ഇതാ, നിങ്ങളുടെ പണം!"

അവറാൻകോയ അത്ഭുതപ്പെട്ടു.

"ഇതെന്തു കഥ!" ആട്ടിൻകുട്ടിയുമായി തിരിച്ചുപോകുന്ന കുട്ടാപ്പുവിനെ അയാൾ നോക്കിനിന്നു.

കല്യാണിയുടെ കഴുത്തിൽ വീണ്ടും കിങ്ങിണി കിലുങ്ങി. പക്ഷേ, അത് താൽക്കാലികം മാത്രമായിരുന്നു.

"ആടിനെ വിൽക്കേണ്ടതെങ്ങനെയെന്ന് ഞാൻ കാണിച്ചു തരാം." വേലായുധൻ കുടിച്ചുവന്ന് ഭീഷണിമുഴക്കി.

പറഞ്ഞപോലെ അയാൾ ഒരിക്കൽ പ്രവർത്തിക്കുകയും ചെയ്തു.

വീട്ടിൽ മറ്റാരുമുണ്ടായിരുന്നില്ല. കിട്ടിയ വിലയ്ക്ക് ആട്ടിൻകുട്ടിയെ അയാൾ ആർക്കോ പിടിച്ചുകൊടുത്തു.

പണം മുഴുവൻ മടിയിൽത്തിരുകി വേലായുധൻ പോയത് കള്ളു ഷാപ്പിലേക്കാണ്.

അന്നു രാത്രി വളരെ വൈകിയിട്ടും അയാളുടെ ബഹളം കേൾക്കാമായിരുന്നു.

പന്ത്രണ്ട്

ഇരുട്ടുള്ള രാത്രി. ആകാശം മൂടിക്കെട്ടിനിന്നു. എങ്ങും ഒരു നക്ഷത്രം പോലും കാണാനില്ല.

തണുത്ത കാറ്റ് ഇടയ്ക്കിടെ വീശിക്കൊണ്ടിരുന്നു. എവിടെ നിന്നോ തുടർച്ചയായി നായ്ക്കളുടെ മോങ്ങൽ ഉയർന്നുകേട്ടു.

മലഞ്ചെരുവിൽനിന്ന് ഒരു മൂങ്ങയുടെ ശബ്ദം ഇടവിട്ടു കേൾക്കാമായിരുന്നു.

വീടുകളിൽ വിളക്കുകൾ അണഞ്ഞു.

വയൽവക്കത്തെ കൊച്ചുവീട്ടിൽ മാത്രം മണ്ണെണ്ണവിളക്ക് എരിഞ്ഞുകൊണ്ടിരുന്നു. അതിന്റെ മങ്ങിയ നാളം ചുമരിൽ വികൃതമായ കോലങ്ങൾ വരച്ചു.

മാധവിയമ്മ ഇരുട്ടിലേക്കു തുറിച്ചുനോക്കി. കുട്ടികളുടെ അച്ഛൻ ഇനിയും എത്തിയിട്ടില്ല!

ഇരുട്ടിക്കഴിഞ്ഞാൽ പാട്ടും ബഹളവുമായി എന്നും വീട്ടിലെത്താറുണ്ട്. ഒരിക്കലും ഇത്ര വൈകാറില്ല. അകാരണമായ ഒരു ഭീതി അവരെ പിടികൂടി. ഒന്നുമില്ലെങ്കിലും കുട്ടികളുടെ അച്ഛനല്ലേ?

മാധവിയമ്മ ചെവി കൂർപ്പിച്ചു. ദൂരെ എവിടെനിന്നെങ്കിലും ശബ്ദം കേൾക്കുന്നുണ്ടോ? കേട്ടു തഴമ്പിച്ച ആ ശബ്ദം കേൾക്കാൻ അവർ കാതോർത്തിരുന്നു.

ചുമരിൽ നിഴലുകൾ രൂപങ്ങളായി മാറി. അവ തന്നെ നോക്കി പല്ലിളിക്കുന്നതായി മാധവിയമ്മയ്ക്കു തോന്നി.

അപ്പോഴാണ് അകലെനിന്ന് ബഹളം കേട്ടത്. ആളുകൾ ഓടിക്കൂടുന്നു. അവർ ഉച്ചത്തിൽ സംസാരിക്കുകയും വിളിച്ചുകൂവുകയും ചെയ്യുന്നുണ്ട്.

ടോർച്ചിന്റെ വെളിച്ചം മിന്നിമിന്നിത്തിളങ്ങി. ഒരാൾ ചൂട്ടു വീശിക്കാണിച്ചു.

റോഡിൽനിന്ന് വയലിലേക്ക് ഇറങ്ങുന്ന സ്ഥലത്താണ് സംഭവം. ഒരു ഭാഗത്തു തോട്. ചുറ്റും ചളി കെട്ടിക്കിടപ്പുണ്ട്. ആളുകൾ കുനിഞ്ഞുനിന്ന് അവിടെ എന്തോ പരിശോധിക്കുകയാണ്.

ചിലർ വരമ്പിൽത്തന്നെ വെളിച്ചം കാണിച്ചു നിൽക്കുന്നു. മറ്റു ചിലർ ചളിയിൽ ഇറങ്ങിയിട്ടുണ്ട്. അവർ ഭാരമുള്ള എന്തോ പൊക്കിയെടുക്കാൻ ശ്രമിക്കുന്നതുപോലെ തോന്നി.

അതൊരു മനുഷ്യശരീരമായിരുന്നു! ശ്വാസം ഉണ്ടോ ഇല്ലയോ എന്നു സംശയം. കണ്ണിലും മൂക്കിലും എല്ലാം ചളിപുരണ്ടിരിക്കുന്നു. ചാരായത്തിന്റെ രൂക്ഷഗന്ധം. നിലത്തു ചിതറിക്കിടക്കുന്ന ഏതാനും ചില്ലറ നാണയങ്ങളും നോട്ടുകളും.

ചളിപുരണ്ട മുഖത്ത് വെളിച്ചം പതിച്ചപ്പോൾ വല്ലാത്തൊരു ഭീകരത തോന്നി. ആളുകൾ ആ മുഖം തിരിച്ചറിഞ്ഞു–വേലായുധൻ!

"വീട്ടിലെത്തിച്ചിട്ടു പോകാം." കൂട്ടത്തിൽ ഒരാൾ പറഞ്ഞു.

രണ്ടുപേർ ചളിപുരണ്ട ആ ദേഹം താങ്ങിയെടുത്തു. അതിന്റെ മുൻപിലും പിൻപിലുമായി മറ്റുള്ളവർ വരമ്പിലൂടെ നടന്നു.

വയലിലൂടെ വെളിച്ചം നീങ്ങിവരുന്നത് മാധവിയമ്മ ശ്രദ്ധിച്ചു. അവർ മുറ്റത്തിറങ്ങി നിന്നു വരമ്പുകൾ ഓരോന്നു പിന്നിട്ട് അത് അടുത്തടുത്തു വരികയാണ്.

നിരവധി കാലുകൾ ഒന്നിച്ചു ചലിക്കുന്നു.

അവർ ഇവിടെക്കുതന്നെയാണല്ലോ? എന്താണവർ താങ്ങിക്കൊണ്ടു വരുന്നത്? മാധവിയമ്മയുടെ ഉള്ളുകാളി: "എന്റെ ദൈവമേ!..."

ഗൃഹനാഥനെ ആൾക്കാർ കോലായിൽ കിടത്തി.

"കുടി അധികമായാൽ ഇതിനപ്പുറവും നടക്കും." തങ്ങളുടെ അമർഷം രേഖപ്പെടുത്തി അവർ സ്ഥലംവിട്ടു.

മാധവിയമ്മ സ്വയം ശപിച്ചു. അവർ ഭർത്താവിന്റെമേലുള്ള ചളിയെല്ലാം കഴുകിത്തുടച്ചു. തണുത്ത വെള്ളം മുഖത്തു തട്ടിയപ്പോൾ അയാൾ എന്തോ പിറുപിറുത്തു. പിന്നെ വീണ്ടും അനക്കമില്ലാതെ കിടന്നു.

കുട്ടാപ്പുവും അമ്മയും കൂടിയാണ് അയാളെ അകത്തു കൊണ്ടുപോയി കിടത്തിയത്.

അയാൾ വല്ലാതെ കിടിലം കൊണ്ടു. രാത്രി മുഴുവനും മൂളുകയും ഞരങ്ങുകയും ചെയ്തുകൊണ്ടിരുന്നു.

പുലർന്നപ്പോൾ പതിവുപോലെ കുട്ടാപ്പുവിന്റെ അച്ഛൻ എഴുന്നേറ്റില്ല. അയാൾ ഒരേ കിടപ്പിൽത്തന്നെ കിടന്നു. മാധവിയമ്മ തൊട്ടു വിളിച്ചിട്ടും കണ്ണുതുറന്നില്ല. കുട്ടികൾ അടുത്തു വന്നിരുന്നിട്ടും അറിഞ്ഞില്ല.

കുട്ടാപ്പു അച്ഛനെത്തന്നെ നോക്കിനിന്നു. ഉയരുകയും താഴുകയും ചെയ്യുന്ന വാരിയെല്ലുകൾ, അച്ഛൻ ശ്വസിക്കാൻ പ്രയാസപ്പെടുന്നപോലെ

അവനു തോന്നി.

നെറ്റിയിൽ കൈവെച്ചുനോക്കിയ മാധവിയമ്മ പൊള്ളലേറ്റപോലെ കൈ പിൻവലിച്ചു.

"മോനേ..." നിറഞ്ഞ കണ്ണുകളോടെ അവർ കുട്ടാപ്പുവിനെ നോക്കി.

“ഇങ്ങനെ വെച്ചുകൊണ്ടിരുന്നാൽ പറ്റില്ല. ഉടനെ ആശുപത്രിയിൽ കൊണ്ടുപോകണം.” വിവരമറിഞ്ഞെത്തിയവർ നിർബന്ധിച്ചു.

ആശുപത്രിയിൽ എത്തിയപ്പോൾ വേലായുധനു ബോധമുണ്ടായിരുന്നില്ല.

രണ്ടുദിവസം അതേ നിലതന്നെ തുടർന്നു. ഡോക്ടർമാർക്കു പോലും ഒന്നും പറയാൻ പറ്റാത്ത സ്ഥിതിയിലായിരുന്നു. അവർ ചെയ്യാവുന്നതൊക്കെ ചെയ്തു. പറ്റിയ ചികിത്സ കിട്ടിയതുകൊണ്ടു മാത്രമാണ് വേലായുധൻ വീണ്ടും കണ്ണുതുറന്നത്. അയാൾ ഭൂമിയിലെ വെളിച്ചം കൗതുകത്തോടെ നോക്കിക്കിടന്നു.

വേലായുധന്റെ കരളിന് കാര്യമായ അസുഖം ബാധിച്ചു കഴിഞ്ഞിരുന്നു. എപ്പോൾ വേണമെങ്കിലും പൊലിഞ്ഞുപോകാം. ജീവിതവും മരണവും ഒളിച്ചുകളി നടത്തുന്ന അയാളുടെ കണ്ണിലേക്കു ഡോക്ടർ സൂക്ഷിച്ചുനോക്കി.

അസ്വസ്ഥതയുടെ നാളുകൾ. മാധവിയമ്മ പകൽ മുഴുവനും ആശുപത്രിയിൽത്തന്നെ. രാത്രിയിൽ കൂടെ നിൽക്കുന്നത് കുട്ടാപ്പുവാണ്. കമ്പനിയിലെ ജോലിക്കാര്യം മാധവിയമ്മ തൽക്കാലം മറന്നു. സൈറൺ മുഴങ്ങുന്നതു കേൾക്കുമ്പോൾ മാത്രം അവർ അൽപ്പസമയം വേവലാതിപ്പെട്ടു നിൽക്കും. കുട്ടികൾ സ്കൂളിലും വീട്ടിലുമായി ദിവസങ്ങൾ തള്ളിനീക്കി. അവർ ചിരിക്കാൻ മറന്നു. ഉറക്കെ സംസാരിക്കാൻ പോലും അവർ ഭയന്നു.

“അച്ഛൻ എപ്പോഴാ ചേച്ചീ, ആശുപത്രീന്ന് വരാ?” ബാബുമോൻ ഇടയ്ക്കു ചോദിക്കും.

ഉത്തരമറിയാത്ത ആ ചോദ്യം കേട്ട് കനകം മിഴിച്ചിരിക്കും. എന്നിട്ടു പറയും: “സുഖക്കേടു മാറണ്ടേ?”

“അച്ഛനെന്താ സുഖക്കേട്?”

“ങാ.”

“അച്ഛൻ മരിച്ചുപോകുമോ, ചേച്ചീ?”

“അച്ഛൻ മരിച്ചാൽ നമുക്ക് അച്ഛനുണ്ടാകുമോ”

അതു ശരിയാണെന്ന് ബാബുമോന് തോന്നി. അതുകൊണ്ട് അച്ഛൻ മരിക്കില്ല!

ആശുപത്രിയിൽ പോയതുമുതൽ കുട്ടാപ്പു വിശ്രമമെന്തെന്ന് അറിഞ്ഞിട്ടില്ല. ഓരോ ആവശ്യത്തിനും അവൻ ഓടിനടന്നു. മരുന്നു വാങ്ങാനും നഴ്സിനെ വിളിക്കാനും ഭക്ഷണസാധനങ്ങൾ കൊണ്ടുവരാനും എല്ലാം അവൻതന്നെ.

ഒരിക്കൽ വിലകൂടിയ ഒരു മരുന്ന് പുറത്തുനിന്നു വാങ്ങേണ്ടിവന്നു. കുട്ടാപ്പുവിന്റെ കൈയിൽ അതിനുള്ള പണമുണ്ടായിരുന്നില്ല. അവൻ ഡോക്ടർ തന്ന കുറിപ്പുമായി പുറത്തിറങ്ങി. പരിചയമുള്ള എല്ലാ മുഖങ്ങളെയും അവൻ ചെന്നു കണ്ടു. പരിചിതർ പലരും പെട്ടെന്ന് അപരിചിതരായി മാറി. ചിലർ സാമ്പത്തികഞെരുക്കത്തെപ്പറ്റി പറഞ്ഞു. മറ്റു ചിലർ

പരിഹസിച്ചു.

കുട്ടാപ്പു ആശുപത്രിയിലേക്കുതന്നെ മടങ്ങി. രോഗികളെ സന്ദർശിക്കാനെത്തിയ ആരൊക്കെയോ സഹായിച്ചിട്ടാണ് അന്നു മരുന്നു വാങ്ങാൻ കഴിഞ്ഞത്.

കുട്ടാപ്പുവിന്റെ മനസിൽ വല്ലാത്തൊരു മുറിവേറ്റു. "ഇനിയും ഇത് ആവർത്തിച്ചുകൂടാ." അവന്റെ മനസ്സ് മന്ത്രിച്ചു.

രാത്രി ആശുപത്രിയിലെ വിശാലമായ ജനലിൽക്കൂടി കുട്ടാപ്പു പുറത്തേക്കു നോക്കി. ആകാശത്തിൽ മിന്നിത്തിളങ്ങുന്ന അനന്തകോടി നക്ഷത്രങ്ങൾ. താഴെ എരിഞ്ഞുനിൽക്കുന്ന വൈദ്യുതവിളക്കുകൾ. ഇടയ്ക്കിടെ ഉയർന്നുകേൾക്കുന്ന വാഹനങ്ങളുടെ ഇരമ്പം.

ആകാശത്തിലെ നക്ഷത്രങ്ങൾ തന്നെ നോക്കി എന്തോ മന്ത്രിക്കുന്നതുപോലെ കുട്ടാപ്പുവിനു തോന്നി.

പെട്ടെന്ന് ആകാശത്തുനിന്ന് പിടിവിട്ടു വീഴുന്ന ഒരു നക്ഷത്രം അവന്റെ കണ്ണിൽപ്പെട്ടു. തെല്ലിട ജ്വലിച്ചശേഷം അത് അപ്രത്യക്ഷമായി. വീണ്ടും നക്ഷത്രങ്ങൾ വീഴുന്നുണ്ടോ?....

വാർഡിലെ മങ്ങിയ വെളിച്ചത്തിൽ ഏതോ രോഗിയുടെ കരച്ചിൽ ഉയർന്നു.

പിറ്റേന്നു രാവിലെ കുട്ടാപ്പു ആശുപത്രിയിൽനിന്നു പോയത് ജോലിയന്വേഷിച്ചാണ്. വഴിവക്കിൽ ഉയർന്നുവരുന്ന ഒരു കൂറ്റൻ കെട്ടിടത്തിനു മുമ്പിൽ അവൻ നിന്നു. കരാറുകാരൻ പണിക്ക് ആളുകൾ തികയാതെ വിഷമിക്കുകയായിരുന്നു.

"മണ്ണു ചുമക്കാനറിയാമോ?" കരാറുകാരൻ ചോദിച്ചു.

"അറിയാം." കുട്ടാപ്പു പറഞ്ഞു.

തറയിൽ കൂടിക്കിടക്കുന്ന മണ്ണ് കോരിയെടുത്തു മാറ്റണം.

പരിചയസമ്പന്നനായ ഒരു പണിക്കാരനെപ്പോലെ കുട്ടാപ്പു ജോലി തുടങ്ങി. കരാറുകാരന് തൃപ്തി തോന്നി. മറ്റുള്ളവർ പുതുമുഖത്തെ അസൂയയോടെ നോക്കി.

സാധാരണ ജോലിക്കാർ ചെയ്യുന്നതിലും കൂടുതൽ ജോലി കുട്ടാപ്പു ചെയ്തു. എന്നിട്ടും പത്തുറുപ്പിക കുറച്ചേ കരാറുകാരൻ അവനു കൊടുത്തുള്ളൂ!

അധ്വാനത്തിന്റെ പ്രതിഫലം കൈനീട്ടി വാങ്ങുമ്പോൾ കുട്ടാപ്പുവിന് എന്തെന്നില്ലാത്ത അഭിമാനം തോന്നി; ഒപ്പം ആത്മവിശ്വാസവും.

ഏതാനും ദിവസം അവൻ അവിടെ പണിയെടുത്തു. ആശുപത്രിച്ചെലവിനുള്ള പണം അങ്ങനെയാണുണ്ടാക്കിയത്. അച്ഛന് മരുന്നു വാങ്ങാൻ അവനു പിന്നീട് ആരുടെ നേർക്കും കൈ നീട്ടേണ്ടിവന്നില്ല.

പത്തുദിവസം കഴിഞ്ഞാണ് വേലായുധനെ ആശുപത്രിയിൽ നിന്ന് ഡിസ്ചാർജ് ചെയ്തത്. പോരുമ്പോൾ അയാൾ തന്നെ ചികിത്സിച്ച ഡോക്ടറോട് നന്ദിപറയാൻ ചെന്നു. ഡോക്ടർ നല്ലൊരു മനുഷ്യനായിരുന്നു. ഒരു സാമൂഹ്യപ്രവർത്തകനും. ഡോക്ടർ ഉള്ളുതുറന്നു ചിരിച്ചു.

എന്നിട്ടൊരു ചോദ്യം: "വേലായുധനു മരിക്കണോ, അല്ല ജീവിക്കണോ?"

"ജീവിക്കണം ഡോക്ടർ."

"ജീവിക്കണമെങ്കിൽ ഞാൻ പറയുന്നതുപോലെ കേൾക്കണം ചാരായം ഇനി തൊട്ടു പോകരുത്."

ഡോക്ടർ അയാളുടെ കണ്ണിൽ ഉറ്റുനോക്കിക്കൊണ്ടു തുടർന്നു; "ഇനിയും കുടിച്ചാൽ അത് അവസാനത്തെ കുടിയായിരിക്കും."

വേലായുധൻ ഡോക്ടറെത്തന്നെ നോക്കിനിൽക്കുകയാണ്. ഡോക്ടറും ആശുപത്രിയും എല്ലാം കണ്ണിൽനിന്നു മറയുന്നതുപോലെ അയാൾക്കു തോന്നി. പകരം മുൻപിൽ പല വർണങ്ങളിലുള്ള കുപ്പികൾ. അവയ്ക്കു ജീവനുണ്ട്. അവ നൃത്തം ചെയ്യുന്നു. തന്നെ മാടിവിളിക്കുന്നു. ചൂണ്ടിക്കാട്ടി എന്തോ രഹസ്യം പറയുന്നു: "ഇനിയും കുടിച്ചാൽ..."

വേലായുധൻ അടിമുടി വിറച്ചു. കണ്ണിൽ ഒരു പ്രത്യേക ഭാവം തെളിഞ്ഞു. എന്തോ പറയാൻ ചുണ്ടുകൾ വിതുമ്പി.

പൊടുന്നനെ അയാൾ ഡോക്ടറുടെ കാലുപിടിക്കാൻ കുനിഞ്ഞു: കണ്ണിൽനിന്നു കണ്ണീർ ധാരയായൊഴുകി.

കുട്ടാപ്പുവിന്റെ അച്ഛൻ വീട്ടിൽ തിരിച്ചെത്തിയത് പുതിയൊരു മനുഷ്യനായിട്ടാണ്.

ചുറ്റും വന്നു നിന്ന കുട്ടികളെ ആദ്യം കാണുന്നതുപോലെ അയാൾ മിഴിച്ചുനോക്കി. പിന്നെ പൊടുന്നനെ അവരെ ചേർത്തുപിടിച്ച് തേങ്ങിക്കരഞ്ഞു.

"അച്ഛൻ മനസ്സ് വിഷമിക്കാതെ നോക്കണം."

ശബ്ദം കേട്ട ഭാഗത്തേക്ക് അയാൾ നോക്കി. ആരാണത്? കുട്ടാപ്പുവല്ലേ? തന്റെ മകൻ കുട്ടാപ്പു?

അവൻ അച്ഛന് കഴിക്കാനുള്ള മരുന്നുകൾ ഒതുക്കിവെക്കുകയായിരുന്നു.

ആ കാഴ്ച കണ്ട് അയാൾ ഇടറുന്ന കണ്ഠത്തോടെ വിളിച്ചു: "മോനേ, കുട്ടാപ്പു...."

പതിമൂന്ന്

കുട്ടാപ്പു വീണ്ടും സ്കൂളിലെത്തിയപ്പോൾ കുട്ടികൾ അധ്യായന യാത്രയ്ക്കുള്ള തയാറെടുപ്പിലായിരുന്നു.

രണ്ടാഴ്ചത്തെ ഇടവേളയ്ക്കു ശേഷമാണ് കുട്ടാപ്പു ക്ലാസിലെത്തുന്നത്. കൂട്ടുകാരിൽ ചിലരെ ഇടയ്ക്കു കണ്ടിരുന്നു. എന്നിട്ടും സ്കൂളും താനും തമ്മിലുള്ള അകലം വർധിച്ചതുപോലെ അവനു തോന്നി.

അതേ ക്ലാസുമുറി. തന്റെ പഴയ അതേ മൂല. എന്നിട്ടും എന്തോ ഒരു വല്ലായ്മ അവനെ പിടികൂടി.

പുസ്തകങ്ങളുമായി പൊരുത്തപ്പെടാൻ കഴിയുന്നില്ല. അവ പഠിപ്പിക്കുന്ന അധ്യാപകർപോലും അപരിചിതരായി മാറിയപോലെ. ക്ലാസിലിരുന്ന് ചില കുട്ടികൾ എന്തോ പകർത്തിയെഴുതുന്നുണ്ടായിരുന്നു. കുട്ടാപ്പു അവരുടെ നോട്ടുപുസ്തകത്തിലേക്കു പകച്ചു നോക്കി.

പരിചിതമുഖങ്ങൾ പലതും എത്തിനോക്കി ചിരിച്ചു.

“എസ്കർഷനു വരുന്നില്ലേ?” മുള്ളൻപന്നിയും മഞ്ഞത്തവളയും നീർക്കോലിയും ചുറ്റും വന്നിരുന്നു.

“കുട്ടാപ്പു ക്ഷീണിച്ചിരിക്കുന്നു.” നീർക്കോലിയുടെ വിലയിരുത്തൽ.

കുട്ടാപ്പു ശ്രദ്ധിച്ചത് മഞ്ഞത്തവളയുടെ വേഷമാണ്. അവൻ ഒരു പുതിയ ഷർട്ട് ധരിച്ചിരിക്കുന്നു. കോളറിന് വ്യത്യസ്ത നിറമാണ്. മുൻവശത്ത് കുത്തനെ മൂന്നു നിറത്തിലുള്ള റിബ്ബൺ പിടിപ്പിച്ചിട്ടുണ്ട്. പോക്കറ്റിൽ ഒരു തവളയുടെ ചിത്രവും.

“എക്സ്കർഷനു പോകാൻ വാങ്ങിയതാണ്.” മുള്ളൻപന്നി വിശദീകരിച്ചു.

മഞ്ഞത്തവള കുലുങ്ങിച്ചിരിച്ചു. അപ്പോൾ അവന്റെ കൺപോളകൾ കൂടുതൽ ചീർത്തപോലെ തോന്നി.

അവൻ എല്ലാ കൊല്ലവും എക്സ്കർഷനു പോകാറുണ്ട്. ദൂരസ്ഥലത്തേക്കുള്ള എക്സ്കർഷന് ആദ്യം പേരുകൊടുക്കുന്നത് അവനാണ്; അതുപോലെ പണവും.

“മത്തായിച്ചാ, നമുക്ക് ഇക്കൊല്ലം പോകണ്ടേ?” എന്നു ബന്ധപ്പെട്ട അധ്യാപകൻ ചോദിച്ചാൽ മതി, അവൻ പോകാനുള്ള തയാറെടുപ്പു തുടങ്ങും.

ഒരു കൂറ്റൻ ബേഗും തൂക്കിയാണ് അവൻ യാത്രയ്ക്കെത്തുക. പോക്കറ്റിൽ ധാരാളം പണവും കരുതും. വിശിഷ്ടവിഭവങ്ങൾ എവിടെ കണ്ടാലും അവൻ വാങ്ങിക്കഴിക്കും. അതു നിർബന്ധമാണ്. അതുപോലെ പുതിയ സാധനങ്ങൾ എന്തു കണ്ടാലും അതു വാങ്ങി ബേഗിൽ നിറയ്ക്കുകയും ചെയ്യും. കോഴിക്കോട്ടെ മിഠായിത്തെരുവിൽ കിട്ടുന്ന ബാറ്റ്, മദ്രാസിലെ തെരുവിൽനിന്ന് ഇരട്ടി വില കൊടുത്തു വാങ്ങാൻ അവന് മടിയൊന്നുമില്ല!

“ഇക്കൊല്ലം കുട്ടാപ്പുകൂടി വരണം!” മഞ്ഞത്തവള കുട്ടാപ്പുവിനെ തൊട്ടുഴിഞ്ഞുകൊണ്ടു പറഞ്ഞു.

“കുട്ടാപ്പുകൂടിയുണ്ടെങ്കിൽ യാത്ര എന്തു രസമായിരിക്കും!” മുള്ളൻപന്നി അഭിപ്രായപ്പെട്ടു.

കുട്ടാപ്പു ഒന്നും പറയാതെ ചിരിച്ചതേയുള്ളൂ.

അവന് അധ്യായനയാത്ര എന്നും ഒരു സ്വപ്നമാണ്. കാണാത്ത സ്ഥലങ്ങൾ കാണാൻ കൊതിയുണ്ട്. പുതിയ കാഴ്ചകൾ കാണാൻ മോഹമുണ്ട്. പക്ഷേ, കഴിയാറില്ല.

താൻ ആകെ പോയത് ഫറോക്കിൽ ഒരു ലോക്കൽ എസ്കർഷനു മാത്രമല്ലേ? കുട്ടാപ്പു ഓർത്തു. ബസ് നിറയെ കുട്ടികൾ തന്റെ സീറ്റ് അപ്പോഴും പിന്നിലായിരുന്നു. എന്തൊരു ആഹ്ലാദത്തിമിർപ്പ്! പാടുകയും കൈമുട്ടുകയും ചിരിക്കുകയും ചെയ്തുകൊണ്ടുള്ള ബസ്യാത്ര. സ്വയം കുട്ടികളായി മാറുന്ന അധ്യാപകർ!

അതൊരു പുതിയ അനുഭവമായിരുന്നു.

ആകാശം മുട്ടിനിൽക്കുന്ന കൂറ്റൻ പുകക്കുഴൽ. വിസ്മയത്തോടുകൂടി തലയുയർത്തി നോക്കി. ഓട്ടുകമ്പനിയാണ്. അതിനുള്ളിലെ അത്ഭുതലോകം കണ്ടത് അന്നാണ്. വെറും കളിമണ്ണ് മനോഹരമായ ഓടുകളായി രൂപാന്തരപ്പെടുന്ന വിദ്യ. കൺവെയർ ബെൽട്ടിലൂടെ പദാർഥങ്ങൾ അവിരാമമായി നീങ്ങിക്കൊണ്ടിരിക്കുന്നു. ആ കാഴ്ച നോക്കിക്കൊണ്ട് വിശാലമായ ഹാളിലൂടെ വരിയായി നടന്നുനീങ്ങിയത് ഇപ്പോഴും ഓർമയുണ്ട്.

പൂർണരൂപം പ്രാപിച്ച ഓടുകൾ ഓടി മറയുന്നത് എത്ര നോക്കി നിന്നാലും മതിവരില്ല.

താൻ സിറാമിക്സ് ഫാക്ടറി കണ്ടതും അന്നല്ലേ? പിഞ്ഞാണങ്ങളുടെയും ഭരണികളുടെയും വിസ്മയിപ്പിക്കുന്ന കാഴ്ച. അവയിൽ തെളിയുന്ന ചിത്രവേലകൾ. കോപ്പകളും കൗതുകവസ്തുക്കളും പലരും

വാങ്ങി. തനിക്ക് ഇഷ്ടപ്പെട്ട ഒരു ഭരണിയുണ്ടായിരുന്നു. വാങ്ങാൻ കഴിഞ്ഞില്ല. അത് ഇപ്പോഴും അവിടെ കാണുമോ?

പത്രമാപ്പീസിൽ കയറിയതും റോട്ടറിപ്രസ് കണ്ടതും എല്ലാം അന്നു

തന്നെ. അവസാനം ബേപ്പൂർതുറമുഖത്തു പോയി കപ്പൽ കണ്ടാണ് മടങ്ങിയത്.

ഒരു ദിവസംകൊണ്ട് എന്തെല്ലാം പുതിയ കാഴ്ചകൾ! എന്തെല്ലാം പുതിയ അറിവുകൾ! അപ്പോൾ നാലും അഞ്ചും ദിവസത്തെ യാത്രയാണെങ്കിലോ?

പക്ഷേ, ദീർഘദൂരഅധ്യായനയാത്ര തന്നെപ്പോലുള്ളവർക്ക് വിധിച്ചതല്ലല്ലോ!

കഴിഞ്ഞകൊല്ലത്തെ സംഭവം കുട്ടാപ്പുവിന് ഓർമ വന്നു. മൈസൂറിലേക്കുള്ള അധ്യായനയാത്ര. പണമില്ലാത്തതുകൊണ്ട് അവൻ ഒഴിഞ്ഞു മാറി. കൂട്ടുകാർ വിട്ടില്ല. കൂടെ വരണമെന്ന് അവർക്കു നിർബന്ധം.

“പൈസയുടെ കാര്യം കുട്ടാപ്പു അറിയേണ്ട. ഞങ്ങളേറ്റു.” അവർ പറഞ്ഞു.

കുട്ടാപ്പു സമ്മതം മൂളി.

എന്നാൽ പ്രശ്നം തുടങ്ങിയത് അതോടുകൂടിയാണ്. പോകണോ, പോകേണ്ടയോ? മനസിൽ രണ്ടു ശക്തികൾ വടംവലി തുടങ്ങി. എപ്പോഴും അതേ ചിന്ത. അതോടുകൂടി ഉറക്കം നഷ്ടപ്പെട്ടു.

എന്തു വന്നാലും പോകണമെന്ന് ഇടയ്ക്കു തോന്നും. ഉടൻ തന്നെ പോകേണ്ടെന്ന ചിന്ത ഇരട്ടി ശക്തിയിൽ ആഞ്ഞു വീശും.

മൂന്നുനാലു ദിവസത്തെ ഉപയോഗത്തിന് കൊണ്ടുപോകാൻ വസ്ത്രങ്ങളെവിടെ? പെട്ടിയിലോ ബേഗിലോ പുതുമയുള്ള വസ്ത്രങ്ങൾ ഒതുക്കിവെച്ചുകൊണ്ടായിരിക്കും എല്ലാവരും എത്തുന്നത്. അവരുടെ കൂട്ടത്തിൽ താൻ ഒറ്റപ്പെട്ടുപോകില്ലേ? തന്റെ തോർത്തുപോലും കീറിയിരിക്കുന്നു. അതു മറ്റുള്ളവർ കാണുന്നതിൽ വല്ലാത്ത ജാള്യം തോന്നി. താനിപ്പോഴും ഉമിക്കരികൊണ്ടാണ് പല്ലുതേക്കുന്നത്. ബ്രഷും പേസ്റ്റും കൊണ്ടു പല്ലു തേക്കുന്നവരുടെ ഇടയിൽനിന്നു തനിക്ക് മാറിനിൽക്കേണ്ടിവരില്ലേ?

മനസിൽ ചിന്തകൾ കുന്നുകൂടി.

മൈസൂറിലേക്കുള്ള യാത്രയിൽ അവസാനം കുട്ടാപ്പു മാത്രം ഉണ്ടായിരുന്നില്ല. അവനുവേണ്ടി ബസ് കുറെനേരം കാത്തുനിന്നതായി കൂട്ടുകാർ പിന്നീടു പറഞ്ഞു.

അധ്യായനയാത്ര കഴിഞ്ഞെത്തിയവർ തങ്ങൾ കണ്ട കാഴ്ചകളെക്കുറിച്ചു പറയുന്നത് കുട്ടാപ്പു നിശ്ശബ്ദനായി കേട്ടിരുന്നു.

“വൃന്ദാവൻതോട്ടത്തിലെ കാഴ്ചകൾ കണ്ടാലും കണ്ടാലും മതിവരില്ല. അവിടത്തെ ‘ഡാൻസിങ് ഫൗണ്ടൻ’ എന്തു രസമാണ്!” മുള്ളൻ പന്നി പറഞ്ഞു.

“എനിക്ക് ഇഷ്ടപ്പെട്ടത് ചാമുണ്ഡിഹിൽസിലെ നന്ദിവിഗ്രഹമാണ്. എന്തു വലുപ്പം! ഒറ്റക്കല്ലിലല്ലേ തീർത്തിട്ടുള്ളത്?” മഞ്ഞത്തവളയുടെ അത്ഭുതം അപ്പോഴും വിട്ടുമാറിയിട്ടില്ല.

“രാജാവിന്റെ കൊട്ടാരം ഒന്നു കാണേണ്ടതുതന്നെയാണ്.” നീർക്കോലിയുടെ അഭിപ്രായമാണ്.

ആർട്ട് ഗാലറി, മ്യൂസിയം, മൃഗശാല, ശ്രീരംഗപട്ടണം–കൂട്ടുകാർ വാചാലരായി. അതിനിടെ മഞ്ഞത്തവള കുറെ വർണചിത്രങ്ങൾ പുറത്തെടുത്തു കാണിച്ചു. കുട്ടികൾ കൗതുകത്തോടെ അവ വാങ്ങിനോക്കി.

"കുട്ടാപ്പു വരാതിരുന്നത് വലിയ നഷ്ടമായിപ്പോയി." കൂട്ടുകാർ പറഞ്ഞു.

ഒരു വർഷത്തിനുശേഷം വീണ്ടും അധ്യയനയാത്ര. ഇക്കൊല്ലം കന്യാകുമാരിയിലേക്കാണ്. പോകുന്നവർ ആവേശത്തോടെ ഒരുക്കങ്ങൾ തുടരുന്നു.

"ഞാനുണ്ടാവില്ല." കുട്ടാപ്പു വ്യക്തമാക്കി.

അവന്റെ മുഖത്തെ ഭാവം പിടികിട്ടാതെ കൂട്ടുകാർ അന്യോന്യം പകച്ചുനോക്കി.

കന്യാകുമാരിയിലേക്ക് എസ്കർഷനു പോയത് ഒരു ഒഴിവുദിവസമാണ്. അന്നു മുഴുവനും കുട്ടാപ്പു മലയിലും മൈതാനത്തുമായി അലഞ്ഞു നടന്നു. വെറുതെ ആനപ്പാറയിൽ കുറെനേരം ചെന്നിരുന്നു.

എസ്കർഷനു പോകുന്നവരെ യാത്രയയ്ക്കുന്ന രംഗം കുട്ടാപ്പു പലപ്പോഴും കണ്ടിട്ടുണ്ട്. കൂടെ പോകാൻ കഴിയാത്തവരും അവിടെ ചുറ്റിപ്പറ്റി നിൽക്കും യാത്ര പോകുന്ന ഭാഗ്യവാന്മാരെ നോക്കി അവർ നെടുവീർപ്പിടും. കാത്തുനിൽക്കുന്ന വാഹനം തൊട്ടുഴിഞ്ഞ് അവർ നിർവൃതി നേടും. വാതിലുകൾ അടയുകയും വാഹനം ഇരമ്പിനീങ്ങുകയും ചെയ്യുമ്പോൾ അവർ യാന്ത്രികമായി കൈ വീശുന്നതു കാണാം.

അവരുടെ മനസിൽ ദു:ഖമാണോ? അതല്ല നൈരാശ്യമോ?

ആ നിർഭാഗ്യവാന്മാരുടെ ചിത്രം കുട്ടാപ്പുവിന്റെ മനസിൽ നിറഞ്ഞുനിന്നു. നോക്കിനിൽക്കേ അവരുടെ മുഖം സ്വന്തം മുഖം തന്നെയല്ലേ എന്ന് അവനു തോന്നി. അവരുടെ വികാരം സ്വന്തം വികാരമായി മനസിൽ നിറഞ്ഞു.

"കുട്ടാപ്പു പോയില്ല, അല്ലേ?"

ചോദ്യം കേട്ട് കുട്ടാപ്പു ചുറ്റും പകച്ചുനോക്കി. ആരെയും കാണുന്നില്ല! തനിക്കു തോന്നിയതായിരിക്കും.

അപ്പോൾ ചിലങ്കയുടെ കിലുക്കം. ആനപ്പാറയുടെ ചുവട്ടിൽ നിന്ന് ഒരു ചെറിയ സത്വം തന്നെ നോക്കി ചിരിക്കുന്നു. ആകെ സ്വർണവർണം. കാലിൽ അറ്റം വളഞ്ഞ സ്വർണച്ചെരുപ്പ്. തലയിൽ കൂർത്ത സ്വർണക്കിരീടം. കൈയിൽ തിളങ്ങുന്ന ഒരു മാന്ത്രികവടി.

കുട്ടാപ്പു കണ്ണടച്ചു തുറന്നു.

പെട്ടെന്ന് ഒരു പാറ്റയെപ്പോലെ ആ സത്വം പറന്നകന്നു. വെയിലിൽ സ്വർണത്തിന്റെ തിളക്കം. വായുവിൽ ചിലങ്കയുടെ കിലുക്കം.

"വരുന്നില്ലേ?" വെയിൽനാളങ്ങൾ മാടിവിളിച്ചു. അകലെ പൊന്മല വെട്ടിത്തിളങ്ങി.

കുട്ടാപ്പു ആനപ്പാറയിൽനിന്ന് എഴുന്നേറ്റപ്പോൾ വെയിൽ താണുതുടങ്ങിയിരുന്നു. മൈതാനത്ത് ഒറ്റപ്പെട്ട കളിക്കാർ മാത്രം. അവൻ കുന്നിറങ്ങാൻ തുടങ്ങി. അവന്റെ നിഴലിന് നീളം കൂടിവന്നു.

പതിനാല്

പുഴക്കടവ് വിജനമാണ്. പതിവുള്ള ഒച്ചയോ ബഹളമോ ഇല്ല. ഒരു പ്രകൃതിചിത്രം വരച്ചുവെച്ചപോലെ പുഴ ഒഴുകിക്കൊണ്ടിരുന്നു.

ഒറ്റക്കൈയൻ ഉസ്മാൻ മാത്രം പുഴക്കരയിലിരുന്ന് മീൻ പിടിക്കുന്നുണ്ടായിരുന്നു. അവൻ ചൂണ്ടയിൽത്തന്നെ കണ്ണുനട്ടിരിക്കുകയാണ്. അതു നോക്കിക്കൊണ്ട് കുട്ടാപ്പു അടുത്തുതന്നെ ഇരുന്നു.

ചൂണ്ട ഇളകിക്കൊണ്ടിരുന്നു–മീൻ കൊത്തുന്നുണ്ട്. പക്ഷേ, ഒന്നും കുടുങ്ങുന്നില്ല. ചൂണ്ടയുടെ ചരട് ചിലപ്പോൾ വലിയുന്നതുപോലെ തോന്നും. അപ്പോൾ ഉസ്മാന്റെ കണ്ണ് പുറത്തേക്കു തള്ളിവരും. അതു കാണാൻ ബഹുരസമാണ്.

ഉസ്മാന് ഇടതുകൈയുടെ സ്ഥാനത്ത് തൂങ്ങിനിൽക്കുന്ന ഒരു കുറ്റി മാത്രമേയുള്ളൂ.

തിരയിട്ടു മീൻപിടിക്കുമ്പോഴാണ് അതു സംഭവിച്ചത്. വേനൽക്കാലം. പുഴയിൽ അങ്ങിങ്ങ് അഗാധമായ കയങ്ങളുണ്ട്. അവയിൽ മീനുകൾ പുളച്ചുമറിയുന്നത് അവൻ കൊതിയോടെ നോക്കിനിന്നു. തിരയ്ക്ക് തീ കൊളുത്തി കയത്തിലേക്കെറിയും. അതു പൊട്ടുന്ന ശബ്ദം കേട്ടാൽ ഉടനെ വെള്ളത്തിലേക്ക് എടുത്തു ചാടും. പൊങ്ങി വരുന്നത് വാളമീനിനെയോ മറ്റോ കൈയിലൊതുക്കിക്കൊണ്ടായിരിക്കും. അതാണു പതിവ്.

തിര പൊട്ടുന്ന സമയവും ചാടേണ്ട സമയവും ഉസ്മാന് കടുകിട വ്യത്യാസമില്ലാതെ അറിയാം.

അന്നും അവൻ തിരയ്ക്ക് തീ കൊളുത്തി വെള്ളത്തിലേക്കെറിഞ്ഞു. പിന്നാലെ എടുത്തു ചാടുകയും ചെയ്തു. നിർഭാഗ്യത്തിന് തിര പൊട്ടിയത് അൽപ്പം താമസിച്ചാണ്. മലരിപോലെ പൊങ്ങിവന്ന വെള്ളത്തിന്

ചുകപ്പുനിറം. അതിൽ ഉസ്മാന്റെ ഇടതുകൈയും ഉണ്ടായിരുന്നു.

കുട്ടാപ്പു ഉസ്മാന്റെ ഇടതുകൈയിലേക്കു സൂക്ഷിച്ചുനോക്കി. ഇളകുന്ന ഒരു മാംസപിണ്ഡം.

നോക്കിനിൽക്കവേ ചൂണ്ടയുടെ ചരട് വലിഞ്ഞു. ഉസ്മാന്റെ ഒറ്റക്കൈ അതാ പെട്ടെന്നു മേലോട്ട് ചലിക്കുന്നു. അതോടുകൂടി ഒരു കടുങ്ങാലി മീൻ കരയ്ക്കു കിടന്നു പിടഞ്ഞു.

അതിനെ കൂടയിലിട്ട് ഉസ്മാൻ വീണ്ടും പഴയ ഇരിപ്പു തുടർന്നു.

"നമ്മുടെ മണ്ണാനെയും മണ്ണാത്തിയെയും ഇന്നു കാണുന്നില്ലല്ലോ. അവർക്കെന്തുപറ്റി?" കുട്ടാപ്പു ചോദിച്ചു.

ഉസ്മാൻ മറുപടിയായി വിസ്തരിച്ചു ചിരിച്ചതേയുള്ളൂ.

മണ്ണാനും മണ്ണാത്തിയും പുഴയിലെത്തിയാൽ മറ്റുള്ളവർക്ക് തമാശയ്ക്കു വകയായി. കുട്ടികൾ മാത്രമല്ല, മുതിർന്നവരും അതിൽ പങ്കുകൊള്ളും.

മണ്ണാൻ മെലിഞ്ഞിട്ടാണ്. മണ്ണാത്തി തടിച്ചിട്ടും. വലിയൊരു ഭാണ്ഡം ചുമലിലേറ്റി, കാവടിപോലെ വളഞ്ഞ് മണ്ണാൻ മുമ്പിൽ നടക്കും. തലയിലൊരു കെട്ടുമായി പിന്നാലെ മണ്ണാത്തിയും. വിടാതെ വർത്തമാനം പറഞ്ഞുകൊണ്ടാണ് അവരുടെ വരവ്.

തുണി അലക്കുന്ന ജോലി മണ്ണാന്റേതാണ്. മണ്ണാത്തി എല്ലാം കഴുകിയെടുക്കും. അതിനിടെ എന്തെങ്കിലും നിസ്സാരകാര്യം പറഞ്ഞ് അവർ വഴക്കിടും.

"ങാ, തുടങ്ങി." മറ്റുള്ളവർ കാഴ്ച കാണാൻ തയാറായി നിൽക്കും.

വഴക്കു മൂത്താൽ പിടിയും വലിയും തുടങ്ങും. അലക്കുന്ന വസ്ത്രം ഉറുമിപോലെ നീട്ടി വീശി മണ്ണാൻ മണ്ണാത്തിയെ നേരിടും. മണ്ണാത്തി പിന്മാറുകയില്ല. അവൾ കൂടുതൽ അടുക്കാൻ തുടങ്ങിയാൽ മണ്ണാൻ തിരിഞ്ഞോടും. പിന്നാലെ വെല്ലുവിളിച്ചുകൊണ്ട് മണ്ണാത്തിയും. അതു കാണുമ്പോൾ കൈയടിച്ച് അവരെ പ്രോത്സാഹിപ്പിക്കാൻ കാണികൾ മറക്കാറില്ല.

എല്ലാം കഴിഞ്ഞാൽ അവർ വീണ്ടും ലോഹ്യമാവും. ഒടുവിൽ വന്നപോലെ തിരിച്ചുപോവുകയും ചെയ്യും.

കുട്ടാപ്പു മണലിലേക്കു നോക്കി. നിറയെ കാൽപ്പാടുകൾ. അവൻ കല്ലുകൾ പെറുക്കി വെറുതെ വെള്ളത്തിലേക്ക് നീട്ടിയെറിഞ്ഞു.

താഴെ ഒറ്റപ്പെട്ട കടവിൽനിന്ന് ആരോ എരുമയെ കുളിപ്പിക്കുന്നുണ്ടായിരുന്നു. ഒരു ചരക്കുവഞ്ചി പുഴയിലൂടെ നീങ്ങിക്കൊണ്ടിരുന്നു. തോണിക്കാരൻ മുളങ്കോലുകൊണ്ടു കുത്തുമ്പോൾ എന്തു വേഗത്തിലാണ് തോണി പായുന്നത്! തോണിയിലിരുന്ന് ഒരാൾ അലസമായി വെറ്റില മുറുക്കുന്നുണ്ടായിരുന്നു.

ആ സമയത്ത് ദൂരെ മണലിൽ രണ്ടു കുട്ടികൾ പ്രത്യക്ഷപ്പെട്ടു. ഒന്ന് ഒരാൺകുട്ടിയും മറ്റേത് പെൺകുട്ടിയും. നല്ല ഓമനത്തമുള്ള കുട്ടികൾ. അവർ ചിരിച്ചു കളിച്ചുകൊണ്ടു മണലിലൂടെ ഓട്ടം തുടങ്ങി. അവരുടെ പിന്നാലെ രണ്ടുമൂന്നു സ്ത്രീകളും പ്രത്യക്ഷപ്പെട്ടു. പരിഷ്കൃതവേഷം.

അവർ പുഴ കണ്ട് ആസ്വദിക്കാൻ എത്തിയവരാണ്.
അവർ നടന്നുനീങ്ങുന്നത് കുട്ടാപ്പു നോക്കിയിരുന്നു.

പുഴയിൽ അൽപ്പം മുകളിലായി ഒരു ചെറിയ വെള്ളച്ചാട്ടമുണ്ട്. വെള്ളം ഒരുഭാഗത്ത് പാറക്കെട്ടുകളിൽത്തട്ടി പൊട്ടിച്ചിരിച്ചുകൊണ്ട് താഴോട്ടു ചാടുന്നു. തികച്ചും മനോഹരമായ കാഴ്ചയാണത്. പലരും അത് കാണാനെത്താറുണ്ട്. നോക്കി നിൽക്കുന്നവരുടെ ദേഹത്ത് വെള്ളത്തുള്ളികൾ പാറിയെത്തും. അപ്പോൾ മഴവില്ല് തെളിയും.

തൊട്ടു മുകളിൽ പുഴ തികച്ചും ശാന്തമാണ്. പക്ഷേ, അത് പുറത്തു മാത്രമേയുള്ളൂ. പലേടത്തും വലിയ കയങ്ങളുണ്ട്. ചിലതിന്റെ കരയ്ക്ക് ഇല്ലിക്കാടുകൾ വളർന്നുനിൽക്കുന്നു. മറ്റു ചിലതിൽ പൂമരങ്ങൾ കണ്ണാടി നോക്കി രസിക്കുന്നു.

സ്ത്രീകളും കുട്ടികളും വെള്ളച്ചാട്ടത്തിന്റെ അടുത്തേക്കു നീങ്ങി. ആഹ്ലാദത്താൽ അവർ സ്വയം മറന്നു സംസാരിക്കുന്നതു പോലെ തോന്നി. അവരുടെ പൊട്ടിച്ചിരി പുഴയിൽ നേർത്ത അലകളുയർത്തി.

സ്ത്രീകൾ പുഴയുടെ സൗന്ദര്യം ആസ്വദിച്ചുകൊണ്ടു നിന്നപ്പോൾ, കുട്ടികളെ ആകർഷിച്ചത് കരയ്ക്കു കണ്ട പൂക്കളാണ്.

"വാ, നിനക്കു ഞാൻ പൂവു പറിച്ചുതരാം." ആൺകുട്ടി പറഞ്ഞു.

അവൻ മുൻപിൽ നടന്നു. പിന്നാലെ പെൺകുട്ടിയും.

പൂമരത്തിന്റെ ചില്ലകൾ താഴോട്ട് ഞാന്നു കിടക്കുന്നുണ്ടായിരുന്നു. ചില കമ്പുകൾ പുഴയെ ഇക്കിളിയാക്കി രസിക്കുകയും ചെയ്തു.

പുഴയിലേക്ക് തള്ളിനിൽക്കുന്ന മണൽത്തിട്ട. ആൺകുട്ടി എത്തിവലിഞ്ഞ് മരക്കൊമ്പിൽ പിടിച്ചു. അവൻ പൂ പറിച്ചു നീട്ടി. പെൺകുട്ടി കൈനീട്ടി വാങ്ങി.

"അതു പറിക്ക്. അതു പറിക്ക്." അവൾ വിളിച്ചു പറഞ്ഞു.

അവൻ പൂ പറിച്ചപ്പോൾ അവൾ ആവേശത്തോടെ കൈ നീട്ടി മുൻപോട്ടാഞ്ഞു.

പെട്ടെന്ന് മണൽത്തിട്ട ഇടിഞ്ഞു.

പാതിയുയർന്ന കരച്ചിൽ.

"ബ്ധും!" കയത്തിൽ ഓളങ്ങൾ പൊങ്ങി.

പിന്നെ ഉയർന്നത് സ്ത്രീകളുടെ വാവിട്ടുള്ള നിലവിളിയാണ് "അയ്യോ, ഓടിവരണേ..."

കുട്ടാപ്പുവിന് ആദ്യം സംഗതി മനസിലായില്ല. ഒന്നു സംശയിച്ചു നിന്ന ശേഷം അവൻ നിലവിളി കേട്ട സ്ഥലത്തേക്കു കുതിച്ചു.

സ്ത്രീകൾ കരയ്ക്കു നിന്ന് അലമുറകൂട്ടുന്നു.

"വെള്ളത്തിൽ വീണു." ആൺകുട്ടി ചൂണ്ടിപ്പറഞ്ഞു.

നീലക്കയത്തിൽ ഏതാനും പൂവുകൾ ചിതറിക്കിടക്കുന്നു. ഉയരുന്ന കുമിളകൾ. ഒപ്പം താണുപോകുന്ന ഒരു കുഞ്ഞിക്കൈ!

കുട്ടാപ്പു സംശയിച്ചു നിന്നില്ല. അവൻ കയത്തിലേക്ക് എടുത്തുചാടി.

ഒന്ന്, രണ്ട്, മൂന്ന്... പിന്നെ നിമിഷങ്ങൾ അനങ്ങാതെ നിന്നു.

കയത്തിന്റെ വായിൽനിന്ന് പെൺകുട്ടിയെ തട്ടിയെടുത്തശേഷമേ കുട്ടാപ്പു പൊങ്ങിവന്നുള്ളൂ. തളർന്ന താമരമൊട്ടുപോലെ നിശ്ചലമായ

ശരീരം. കരയ്ക്കെത്തിയതേ അവന് ഓർമയുള്ളൂ!

കണ്ണുതുറന്നപ്പോൾ ചുറ്റും ആളുകളാണ്.

പെൺകുട്ടിയെ അതിനു മുമ്പുതന്നെ ആശുപത്രിയിൽ എത്തിച്ചു കഴിഞ്ഞിരുന്നു.

ആളുകൾ കുട്ടാപ്പുവിനെ അത്ഭുതത്തോടെ നോക്കിനിന്നു.

ഉസ്മാൻ ഒറ്റക്കൈകൊണ്ട് അവനെ വാരിപ്പുണർന്നു പറഞ്ഞു: "കുട്ടാപ്പൂ, നീയാണ് ആൺകുട്ടി."

പിറ്റേന്നത്തെ പത്രത്തിൽ കുട്ടാപ്പുവിന്റെ പടമുണ്ടായിരുന്നു. ഒപ്പം വാർത്തയും കൊടുത്തിരുന്നു.

പെൺകുട്ടി ആശുപത്രിയിൽ സുഖംപ്രാപിച്ചു വരുന്നതായറിഞ്ഞപ്പോൾ അവന് വലിയ ആശ്വാസം തോന്നി.

തന്റെ അച്ഛന്റെ ജീവൻ രക്ഷിച്ച ഡോക്ടറുടെ മകളാണ് ആ കുട്ടിയെന്ന കാര്യം കുട്ടാപ്പു പിന്നീടാണ് മനസിലാക്കിയത്.

പതിനഞ്ച്

കുട്ടാപ്പുവിന് വീർപ്പുമുട്ടി.

[illegible]ലെ ഡോക്ടറും ഭാര്യയും വീട്ടിൽ വന്നിരുന്നു. കുട്ടാപ്പുവിനെ നേരിൽക്കണ്ട് നന്ദി പറയാനാണ് അവരെത്തിയത്.

ഡോക്ടർ വാക്കു കിട്ടാതെ വിഷമിച്ചു.

അച്ഛനോട് വെറുതെ കുശലം ചോദിച്ചപ്പോൾ അച്ഛന്റെ കണ്ണും നിറഞ്ഞു.

അവർ പോകുമ്പോൾ എന്തോ പാരിതോഷികം അമ്മയെ ഏൽപ്പിക്കാൻ മുതിർന്നു. അമ്മ സങ്കടത്തിലായി. എങ്ങനെ വാങ്ങും? എങ്ങനെ വാങ്ങാതിരിക്കും?

“ഇതൊന്നും വേണ്ടിയിരുന്നില്ല.” ഒടുവിൽ അമ്മ പറയുന്നതു കേട്ടു.

ഡോക്ടറും ഭാര്യയും പോയപ്പോഴേ കുട്ടാപ്പുവിന് ശ്വാസം നേരെ വീണുള്ളൂ!

സ്കൂളിലെത്തിയപ്പോൾ അവന്റെ അമ്പരപ്പ് വർധിക്കുകയാണുണ്ടായത്.

എല്ലാവരും തന്നെ കാത്തുനിൽക്കുകയാണ്!

പലരുടെ കൈയിലും അന്നത്തെ പത്രമുണ്ടായിരുന്നു.

“ഇതാ ഫോട്ടോ.” ചിലർ വാർത്ത മറ്റുള്ളവരെ വായിച്ചു കേൾപ്പിച്ചു.

കുട്ടികൾ കുട്ടാപ്പുവിനെ പൊതിഞ്ഞു.

അവന്റെ കൂട്ടുകാർക്ക് തങ്ങളാണ് ആ ധീരകൃത്യം ചെയ്തത് എന്ന ഭാവമായിരുന്നു. മുള്ളൻപന്നിയും മഞ്ഞത്തവളയും നിർക്കോലിയും കുട്ടാപ്പുവിനെ പറ്റിനിന്നു.

“കുട്ടാപ്പു ഭാഗ്യവാനാണ്. “മുള്ളൻപന്നി പറഞ്ഞു.

“ഞങ്ങളുടെ ആരുടെയെങ്കിലും പടം പത്രത്തിൽ വന്നോ?” നീർ

ക്കോലി ചോദിച്ചു.

മഞ്ഞത്തവള എന്തോ പറയാൻ വായ് തുറന്നു. കുട്ടാപ്പുവിന്റെ ഫോട്ടോ വെട്ടിയെടുത്ത് അവൻ ഷർട്ടിൽ ഒട്ടിച്ചുവെച്ചിരുന്നു. അതു കണ്ട വർക്ക് ചിരിക്കാതിരിക്കാൻ കഴിഞ്ഞില്ല. അവരുടെ ചിരിയിൽ അവൻ പറഞ്ഞതെന്താണെന്ന് വ്യക്തമായില്ല.

കുട്ടാപ്പുവിനെ അഭിനന്ദിക്കാൻ അന്ന് സ്കൂളിൽ പ്രത്യേകം അസംബ്ലി ചേർന്നു. പലപ്പോഴും അസംബ്ലിയിൽ അപശബ്ദങ്ങളൊക്കെ ഉണ്ടാകാറുണ്ട്. അന്ന് ഹെഡ്മാസ്റ്റർ പ്രസംഗിക്കാൻ തുടങ്ങിയപ്പോൾ പരിപൂർണ നിശ്ശബ്ദത. ഹെഡ്മാസ്റ്ററുടെ വായിൽനിന്നു വീഴുന്ന ഓരോ വാക്കും കുട്ടികൾ വീർപ്പടക്കി നിന്നു കേട്ടു.

അഗാധമായ കയത്തിലേക്ക് എടുത്തു ചാടുന്ന കുട്ടാപ്പുവിന്റെ ചിത്രം അവിടെ നിറഞ്ഞുനിന്നു.

കുട്ടാപ്പുവിന് അടുത്തുതന്നെ ഒരു സ്വീകരണത്തിനുള്ള ഏർപ്പാടുകൾ ചെയ്യുമെന്ന് ഹെഡ്മാസ്റ്റർ പ്രഖ്യാപിച്ചു. നീണ്ടുനിന്ന ഹർഷാരവത്തോടെയാണ് കുട്ടികൾ ആ പ്രഖ്യാപനം സ്വീകരിച്ചത്.

കുട്ടാപ്പുവിന് സ്വീകരണം കൊടുക്കാൻ വിദ്യാർഥിസംഘടനകൾ തമ്മിൽ മത്സരം തുടങ്ങി. കുറച്ചുദിവസം അതിന്റെ ബഹളമായിരുന്നു.

അതു കഴിഞ്ഞപ്പോഴേക്കും ആ മഹാസുദിനം വന്നെത്തി. കലക്ടറും മേയറും മറ്റും സ്വീകരണയോഗത്തിൽ സംബന്ധിക്കുന്നുണ്ട്. അധ്യാപക രക്ഷാകർത്തൃസമിതി കുട്ടാപ്പുവിന് ഉചിതമായ പാരിതോഷികം നൽകാൻ തീരുമാനിച്ചുകഴിഞ്ഞു. പിന്നെ അനുമോദനപ്രസംഗങ്ങൾ, സ്കൂളിൽ സ്വീകരണത്തിനുള്ള ഒരുക്കങ്ങൾ തകൃതിയിൽ നടന്നു.

മറ്റുള്ളവർക്കുള്ള സന്തോഷം എന്തുകൊണ്ടോ കുട്ടാപ്പുവിന് തോന്നിയില്ല. ഒരു ചട്ടിയിൽക്കിടന്നു പൊരിയുന്നതുപോലെ അവനു തോന്നി.

ക്ലാസ് മുറിയിൽ ജീർണതയുടെ പൂപ്പുഗന്ധം. അതവന്റെ മൂക്കിലേക്ക് അടിച്ചുകയറി. ശ്വാസം മുട്ടുന്നു. തല കറങ്ങുകയും കാഴ്ച മങ്ങുകയും ചെയ്യുന്നു.

പുസ്തകങ്ങൾ തലയ്ക്കു ചുറ്റും പറന്നുനടക്കുകയാണ്. ഇംഗ്ലീഷ്, മലയാളം, ഹിന്ദി, സയൻസ്... പുസ്തകങ്ങളല്ല, ചിറകിട്ടടിക്കുന്ന കഴുകന്മാർ! കൂർത്ത കൊക്കു കാട്ടി അവ പറന്നടുക്കുകയാണ്. തന്നെ വകവരുത്താനുള്ള വാശിയോടെ തലയിൽ ആഞ്ഞുകൊത്തുന്നു. ചോര തെറിക്കുന്നു. ഇതാ, ഇപ്പോൾ തന്റെ കണ്ണ് കൊത്തിപ്പറിച്ചെടുക്കും.

"അയ്യോ, അമ്മേ!...."

കുട്ടാപ്പു നിലവിളിച്ചുകൊണ്ടോടി.

അവൻ അമ്മയെ വിളിച്ചോടിയത് അണ്ടിക്കമ്പനിയിലേക്കാണ്.

'എന്തുവേണം?" ഗെയ്റ്റിൽ പാറാവുകാരൻ അവനെ തടഞ്ഞു.

"അമ്മ..."

"അമ്മയോ?...അണ്ടിക്കമ്പനി പൂട്ടിയിട്ട് ഒരു മാസം കഴിഞ്ഞല്ലോ?

പുകയില്ലാത്ത പുകക്കുഴൽ അവനെ നോക്കി പരിഹസിച്ചു.

അമ്മയുടെ നെറ്റിയിലെ നീലഞരമ്പ് അവനോർമവന്നു.

അപ്പോൾ മുൻപെങ്ങോ കേട്ട കമ്പനിയിലെ സൈറൺ അവന്റെ മനസിൽ മുഴങ്ങി.

പ്രഭാതം കാണാൻ എന്നും വയലിൽ വന്നു നിൽക്കുന്ന അച്ഛൻ, കരയണോ ചിരിക്കണോ എന്ന സംശയത്തോടെ തന്നെ ഉറ്റുനോക്കുന്ന അനിയനും അനിയത്തിയും–മനസിൽ മുഖങ്ങൾ മിന്നിമറഞ്ഞു.

കുട്ടാപ്പു ഒരു കവലയിലെത്തി. പല ഭാഗത്തേക്കും പിരിഞ്ഞുപോകുന്ന വഴികൾ. എവിടേക്കു പോകണം? അവൻ ഗതിമുട്ടി നിന്നു.

അപ്പോഴാണ് വഴിവക്കിൽ നിൽക്കുന്ന ഒരു നോക്കുക്കുത്തി അവന്റെ കണ്ണിൽപ്പെട്ടത്. അവനതിനെ സൂക്ഷിച്ചുനോക്കി. നോക്കി നിൽക്കുന്തോറും അതിന് ജീവൻവെക്കുന്നതുപോലെ കുട്ടാപ്പുവിനു തോന്നി. അതിന്റെ കണ്ണുകൾ അതാ ഇളകുന്നു. കൈകൾ ചലിക്കുന്നു. ചുണ്ടുകൾ എന്തോ പറയാൻ ശ്രമിക്കുന്നു.

കുട്ടാപ്പു പേടിച്ചു പിന്നോട്ടു മാറി.

"പേടിക്കേണ്ട." നോക്കുകുത്തി വിളിച്ചുപറഞ്ഞു.

അതുകേട്ടപ്പോൾ അവന് കൂടുതൽ പേടി തോന്നി. അപ്പോൾ നോക്കുകുത്തി ചിരിച്ചുകൊണ്ടു ചോദിച്ചു: "വഴിയറിയാമോ?"

കുട്ടാപ്പു അമ്പരപ്പോടെ ഇല്ലെന്ന് തലയാട്ടി.

"അതാണ് വഴി." നോക്കുക്കുത്തി വിരൽചൂണ്ടി: "തിരിഞ്ഞു നോക്കരുത്."

കുട്ടാപ്പു നന്ദി പറഞ്ഞ് നോക്കുകുത്തി ചൂണ്ടിക്കാണിച്ച വഴിക്കു നടന്നു. അവനെ അനുഗ്രഹിക്കാനെന്നപോലെ നോക്കുകുത്തിയുടെ കൈ ഉയർന്നു.

പൊന്മലയിലേക്കുള്ള വഴിയായിരുന്നു അത് കത്തിയെരിയുന്ന വെയിൽ. ചുട്ടുപഴുത്ത പാത. ചൂടുകാറ്റ് സീൽക്കാരത്തോടെ ആഞ്ഞു വീശി.

കുട്ടാപ്പു ഒരു കൂറ്റൻപാറയുടെ അടുത്തെത്തി. മുൻപോട്ടു പോകാൻ വഴിയൊന്നും കാണുന്നില്ല. എന്തുചെയ്യണമെന്നറിയാതെ അവനവിടെ പകച്ചുനിന്നു.

അപ്പോൾ പാറയ്ക്കുള്ളിൽനിന്ന് ഒച്ച കേൾക്കുന്നതുപോലെ തോന്നി. ഇരുമ്പുപാരകൊണ്ടു ഇടിക്കുന്ന ശബ്ദം. ഒപ്പം ഉയരുന്ന ഹുങ്കാരം. ഇടയ്ക്കിടെ പാറക്കല്ലുകൾ പൊട്ടിപ്പിളരുന്ന മുഴക്കവും കേട്ടു.

പുറത്തുകണ്ട പഴുതിലൂടെ കുട്ടാപ്പു അകത്തേക്കു കടന്നു. അവിടെ നിരവധി കള്ളന്മാർ തകൃതിയിൽ ജോലിചെയ്യുന്നതാണ്. അവൻ കണ്ടത്. കറുത്ത ദേഹം. തലയിൽ കൂമ്പൻതൊപ്പി. അവരുടെ ദേഹം മിന്നുന്നുണ്ടായിരുന്നു.

"ഞങ്ങൾ വഴിവെട്ടുകയാണ്.
വഴിവെട്ടുകയാണ്." കള്ളന്മാർ പാടിക്കൊണ്ടിരുന്നു.

കുട്ടാപ്പു അതേറ്റുപാടി.

അതിന്റെ പ്രതിധ്വനി ഗുഹയിൽ മുഴങ്ങി.

കുട്ടാപ്പു മുൻപന്തിയിൽത്തന്നെയുണ്ട്. ഇരുമ്പുപാര കരിമ്പാറയിൽ ശക്തിയിൽ പതിച്ചു. തീപ്പൊരി പാറി. അപ്പോൾ ഉയർന്ന ശബ്ദം മനോഹരമായ സംഗീതമായി കുട്ടാപ്പുവിന് അനുഭവപ്പെട്ടു. ദേഹത്തു നിന്ന് ഇറ്റുവീണ വിയർപ്പ് പനിനീർവർഷമായി അവനു തോന്നി.

സ്വന്തം ദേഹത്തിലെ വിയർപ്പ് പാറയിൽ വീണ് ഒഴുകിയപ്പോൾ, ഒരു ഇടിമുഴക്കത്തിന്റെ ശബ്ദത്തോടെ പാറ പൊട്ടിപ്പിളർന്നു!

പ്രകാശത്തിന്റെ കീറുകൾ അപ്പോൾ അവിടേക്കു കടന്നു വന്നു.

പൂക്കളുടെ സുഗന്ധം എവിടെനിന്നോ ഒഴുകിവന്നു. കുളിർമയുള്ള ഒരു കാറ്റ് കുട്ടാപ്പുവിന്റെ നെറ്റിയിൽ തഴുകി.

ആരാണു പാടുന്നത്?

തോട്ടത്തിൽ ഓണത്തുമ്പികളെപ്പോലെ പറന്നുകളിക്കുന്നത് ആരാണ്?

"കുട്ടാപ്പു വാങ്ങിത്തന്ന സാരി എന്തു രസാണ്!" അമ്മുവേടത്തിയുടെ ശബ്ദമല്ലേ ആ കേൾക്കുന്നത്?

താൻ സ്വപ്നം കാണുകയാണോ? കുട്ടാപ്പു ചുറ്റും നോക്കി.

പൊന്മലയുടെ പ്രകാശം അവനെ തഴുകുന്നുണ്ടായിരുന്നു.